தோட்டத்து மேசையில் பறவைகள்
இன்றைய ஐரோப்பிய புது எழுத்து

இந்திரன்

டிஸ்கவரி புக் பேலஸ்

கே.கே.நகர் மேற்கு, சென்னை - 600 078.
(பாண்டிச்சேரி கெஸ்ட் ஹவுஸ் அருகில்)
Ph: 044-6515 7525 Mobile: +91 87545 07070

தோட்டத்து மேசையில் பறவைகள்
ஆசிரியர்: இந்திரன்©

Thottathu Mejaiyil Paravaigal
Author: Indiran©

Publiseher: Discovery Book Palace (P) Ltd.
1st Short Edition: June - 2020
Pages : 168

Book Design:
Discovery Team

Discovery Book Palace (P) Ltd,
6, Mahaveer Complex, Munusamy Salai,
K.K.Nagar West,Chennai-600 078.
Ph: +91 - 44-4855 7525
Mobile: +91 87545 07070

E-mail: **discoverybookpalace@gmail.com,**
Website: **www.discoverybookpalace.com**

Rs. 180

இந்திரன்

இந்திரன் ஒரு கவிஞர், கலைவிமர்சகர், மொழிபெயர்ப்பாளர், ஓவியர். தமிழ், ஆங்கிலம் ஆகிய இரு மொழிகளில் 20க்கு மேற்பட்ட நூல்களை எழுதியவர். பிரிட்டிஷ் கவுன்சில், அசோசியேஷன் ஆஃப் பிரிட்டிஷ் ஸ்காலர்ஸ் அமைப்புகளால் தேர்ந்தெடுக்கப்பட்டு லண்டன் அருங்காட்சியகங்களில் இந்தியக் கலைப் பொருட்களை ஆராய்வதற்காக அனுப்பப்பட்டவர். கன்னியாகுமரியில் திருவள்ளுவர் சிலை திறக்கப்பட்டபோது தமிழக அரசுக்காக 133 ஓவியர்களின் படைப்புகளைக்கொண்ட மாபெரும் ஓவியக் கண்காட்சியை அமைத்துக் கொடுத்தவர். சாகித்திய அகாடமியின் ஆலோசனைக் குழுவின் முன்னாள் உறுப்பினர். எஸ்.ஆர்.எம் பல்கலைக்கழகத்தில் கலை வரலாறு போதிக்கும் வருகை தரும் பேராசிரியராக இருந்தவர்.

ஈழத்துக் கவிஞர்
சு.வில்வரத்தினம் நினைவாக
(1950 - 2006)

நன்றி

குமுதம் தீராநதி

உள்ளடக்கம்...

1	ஐரோப்பிய புது எழுத்து ஓர் அறிமுகம்	07
2	சாஷா ஸ்டானிஷிக்: போஸ்னியாவின் புனைகதையாளர்	10
	கிராமஃபோனை போர்வீரன் எப்படிப் பழுது பார்க்கிறார்?	11
3	ஜான் பேன்வில்: ஐரிஷ் புனைகதையாளர்	33
	கடல் நாவல் எழுதிய கலைஞன்	34
4	அலெக்ஸ் காபுஸ்: ஜெர்மன் புனைகதையாளர்	54
	நட்சத்திர வெளிச்சத்தில் பயணிக்கும் சுவிஸ் எழுத்தாளர்	55
5	எவ்லின் கோன்லான்: ஐரிஷ் புனைகதையாளர்	70
	மதுக்கோப்பை நிறைய கடிதங்கள்	71
6	மிண்டர்ட் வாரே: டச்சு மொழிக் கவிஞர்	95
	நெதர்லாண்டிலிருந்து ஒரு கவிதைக் குரல்	96
7	எலைன் நிக்யூலினன்: ஐரிஷ் கவிஞர்	108
	சூரிய மீன் பேசும் மறைபுதிர்க் கவிதைகள்	109
8	காபிரியல் ரோசென்ஸ்டாக்: ஐரிஷ் கவிஞர்	121
	நியோ பக்தி பாடும் ஐரிஷ் கவிஞர்	122
9	கால்ம். எம். ஸ்கல்லி: ஐரிஷ் கவிஞர்	133
	கதை சொல்லும் தற்காலக் கவிதை	134
10	மக்டாரா உட்ஸ்: ஐரிஷ் கவிஞர்	143
	தூக்கில் தொங்கும் மனிதன் சரணடையவில்லை	144
11	லூசி கால்டுவெல்: ஐரிஷ் நாடகாசிரியர்	155
	செவ்வாய்க் கிரகத்திலிருந்து ஒரு பெண்	156

ஐரோப்பிய புது எழுத்து - ஓர் அறிமுகம்

"முட்டையும், எண்ணெயும், வினிகரும் கலந்து இழைக்கப்பட்ட ஒரு கலவையான மயோனிஸ் எனும் உணவுப் பொருள்தான் ஐரோப்பா" என்று ஐரோப்பாவை டி.எச்.லாரன்ஸ் வேடிக்கையாக வர்ணித்தார். காரணம் போதுமான அளவு ஐரோப்பியத்தனமற்றது என்று கருதப்படுகிற துருக்கியிலிருந்து, ஐரோப்பியத்தனத்துக்குப் பெயர் பெற்ற பிரான்சு வரை பல்வேறு நாடுகளின் கலவை அது.

உலகின் ஏழு கண்டங்களில் ஒன்று ஐரோப்பா. சுமார் 800 மில்லியன் மக்கள் தொகை கொண்ட 44 நாடுகளின் கூட்டமைப்பினால் உருவாகியிருக்கிற ஐரோப்பிய ஒன்றியம் என்பதை அரசியல் ரீதியாகப் புரிந்துகொள்வது நமக்கு எளிதுதான். ஆனால் ஐரோப்பிய இலக்கியம் என்று நாம் பேசுகிறபோது அது ஒற்றைப் பரிமாணம் கொண்டதல்ல. ஆங்கிலம், ஸ்பேனிஷ், ஃபிரெஞ்சு, ஐரிஷ், ஜெர்மன், டச்சு, இத்தாலியன், கிரேக்கம், ரஷ்யன் போன்ற பல்வேறு மொழிகளில் பன்முகத் தன்மை கொண்ட பண்பாடுகளை ஐரோப்பிய இலக்கியம் பேசுகிறது. பத்துப் பதினைந்து ஆண்டுகளுக்கு முன்னர் உலகம் குமுறி, உடைந்து சிதறிய போது ஐரோப்பா துண்டு துண்டாக வெட்டப்பட்டது. பிறகு இணைந்து, எழுந்து, வெள்ளமாய்த் திரண்டு இன்று பணத் தோல்வி அடைந்து நின்றாலும் கூட அதன் இலக்கியத்துக்கு என்ற ஆதிக்க சக்தியை இன்றுவரை அது இழந்துவிடவில்லை. புது எழுத்துப் பரிசோதனைகளில் அது தொடர்ந்து ஈடுபட்டுக் கொண்டே வருகிறது. இன்றைய ஐரோப்பிய புது எழுத்தின் குணாம்சம் என்று இரண்டு முக்கிய பண்புகளைக் குறிக்கிறார் அமெரிக்காவில் வாழும் ஐரிஷ் எழுத்தாளர் கோலம் மக்கேன் (Colum McCann):

1. ஒரு நாட்டிலிருந்து இன்னொரு நாட்டிற்கு இயல்பாக இடம்பெயர்ந்து செல்லும் மனோநிலை.
2. நாட்டு எல்லைகளுக்குள் சிறைப்படுவதை மறுக்கும் தன்மை.

இதற்குக் காரணம் என்ன? இன்றைக்கு ஐரோப்பாவின் மிக முக்கியமான எழுத்தாளர்களாகக் கருதப்படும் பலரும் உலகம் முழுதும் பரவி வாழ்கிறார்கள். ஐரோப்பாவின் சுவர்கள்

உடைந்து எழுத்தாளர்கள் புதிய சுதந்திரத்தை சுவாசிக்கிறார்கள். போஸ்னியாவில் பிறந்து இன்று அமெரிக்காவில் வாழும் அலெக்ஸாண்டர் ஹேமன் (Aleksander Heman) இன்றைய ஐரோப்பாவின் முக்கிய எழுத்தாளர்களில் ஒருவராகத் திகழ்கிறார். ஜெர்மன் எழுத்தாளர்களில் தற்கால நட்சத்திரமான க்ளிமன்ஸ் மெயர் (Clemens Meyer) ஜெர்மனிக்குள் வாழவில்லை. நேற்று வரையிலும் உதாசீனப்படுத்தப்பட்டு வந்த ஐரோப்பிய சிறு நாடுகளின் மொழி இலக்கியங்கள் இன்று ஐரோப்பிய எழுத்தாளர் கவுன்சிலின் பெருமை மிக்க விருதுகளைப் பெறுகின்றன.

பெரும்பாலான ஐரோப்பிய கதை சொல்லிகள் ஆற்றொழுக்கான, மரபான கதை சொல்லும் முறையின் வசதியைக் கைவிட்டு விட்டார்கள். அணுவைப் பிளப்பதைப் போல கவிதையின் மையங்களைத் தகர்க்கிறார்கள் கவிஞர்கள். சிதறிக் கொட்டிய துகள்களைச் சேகரித்து அவற்றிலிருந்து மாற்றப்பட்ட யதார்த்தத்துக்கான அர்த்தங்களை உருவாக்க முனைகிறார்கள் படைப்பாளிகள். காஃப்கா, கொகோல், தாஸ்தாவஸ்கி, போர்கே என்ற முன்னொரு காலத்து இலக்கிய மேதைகளைக் கொண்டு உலகையே திரும்பிப் பார்க்க வைத்த ஐரோப்பா இன்று என்ன செய்கிறது? அடுத்த காஃப்கா எங்கே? அடுத்த இடலோ கால்வினோ யார்? ஐரோப்பிய எழுத்தாளர்கள் தேசிய மரபுகளுக்கு உட்பட்டவர்களா அல்லது ஐரோப்பிய புரிந்துணர்வுக்கு ஆட்பட்டவர்களா? இன்றைய ஐரோப்பாவின் வாழும் எழுத்தாளர்கள் எதை எழுதுகிறார்கள்? ஏன் எழுதுகிறார்கள்? யாருக்கு எழுதுகிறார்கள்? முடிவின்றி எழும் இவ்வினாக்களுக்கு, ஐரோப்பிய இலக்கியம் எனும் ஒரு பானை சோற்றிலிருந்து ஒரு சோறு பதம் எனும் அளவுக்கு நேரிடையாகச் சேகரிக்கப்பட்ட அனுபவங்களின் அடிப்படையில் பதில் கொடுக்க முயல்கிறது இச்சிறு நூல்.

இந்நூலில் நான் நேரில் சந்தித்து உரையாடிய வெவ்வேறு மொழிகளைச் சேர்ந்த ஐரோப்பிய எழுத்தாளர்களைப் பற்றிய அறிமுகமும், அவர்களது படைப்புகளும் தமிழில் முதல் முறையாக உங்கள்முன் சமர்ப்பிக்கப்படுகின்றன.

இந்திரன்

நான் சந்தித்த ஐரோப்பிய இலக்கியவாதிகள்...

சாஷா ஸ்டானிஷிக் (SASA STANISIK)

போஸ்னியானின் புனைகதையாளர்

கிராமஃபோனைப் போர்வீரன் எப்படிப் பழுது பார்க்கிறான்?

"ஒரு புத்தகம் எழுதப்பட்டுவிட்ட பிறகு, அந்தப் புத்தகம் எழுத்தாளனை எழுதத் தொடங்கி விடுகிறது."

- சாஷா ஸ்டானிஷிக்

நெற்றியின் மீது ஒரு பக்கமாக வாரி விடப்பட்ட கேசத்தின் கீழே, நட்பும் உற்சாகமும் வழிய சிரிக்கும் கண்கள். கன்னத்திலிருந்து தாடை நோக்கி வளர்ந்த குறுந்தாடியின் கருமை வெண்மையான சருமத்தினால் சற்று அதிகமாகக் கூடி தெரிந்தது. ஒல்லியாக அதே நேரத்தில் ஃபிட்டான தேகம் உயரத்தைச் சற்று அதிகமாகக் காட்டியது. சகஜமான உடை. எளிமையான பேச்சு. போஸ்னியன் மொழியைத் தன் தாய்மொழியாக கொண்ட இவர் ஜெர்மன் மொழியைக் கற்றுக்கொண்டார். இன்று மிக முக்கியமான ஒரு ஜெர்மன் மொழி இலக்கியவாதியாக இருக்கிறார். ஆனால் நாவில் ஆங்கிலம் சரளமாக வருகிறது.

30 மொழிகளில் மொழிபெயர்க்கப்பட்ட "கிராமஃபோனைப் போர்வீரன் எப்படி பழுது பார்க்கிறார்?" என்கிற ஜெர்மன் மொழி நாவலை எழுதி பிரபலமான இவரை 33 வயது துடிப்பான அழகிய இளைஞராகச் சந்தித்தேன்.

ஐரோப்பாவின் புது எழுத்தைப் படைக்கும் பல்வேறு விதமான ஆண், பெண் இலக்கிய ஆளுமைகளை

எனது பல்வேறு உலகப் பயணங்களில், தெருக்களில், புத்தகக் கடைகளில், மதுக்கூடங்களில், அவர்களது வீடுகளில், நான் தங்கியிருந்த ஓட்டல் அறைகளில் சந்தித்து நெருங்கிப் பழகி இருக்கிறேன் என்றாலும் சாஷாவைச் சந்தித்தது சென்னையில் தான். ஒவ்வொரு புதிய எழுத்தாளனையும், ஓவியனையும், சிற்பியையும் சந்தித்து கலந்து பழகத் தொடங்குகிறபோது அது சில நொடிகளாக இருந்தாலும் சில ஆண்டுகளாக இருந்தாலும் தொல் பழங்காலக் குகை ஓவியங்கள் நிறைந்த குகை ஒன்றுக்குள் நுழையப் போவதற்கு முன்னால் அடையும் மனக் கிளர்ச்சியை நான் அடைவது வழக்கம். பேசிப் பழகும்போது இருண்ட குகைக்குள் நுழைந்து சுவர்களைக் கையிலுள்ள தீப்பந்த வெளிச்சத்தில் மெல்ல ஆராய்கையில் உன்னதமான ஓவியங்கள் புலப்படத் தொடங்கி என்னைப் பரவச நிலைக்குக் கொண்டு போனதும் உண்டு. ஆனால் பெரும்பாலான சந்தர்ப்பங்களில் உன்னதமானவர்களின் உள் உலகங்களைக் கண்டு வியக்கும் வகையில் நான் ஆசீர்வதிக்கப்பட்டு இருக்கிறேன் என்றுதான் நினைக்கத் தோன்றுகிறது.

2011ஆம் ஆண்டின் ஜனவரி மாதம் 25ஆம் தேதி மாலையில்தான் சாஷாவைச் சந்திக்க நேர்ந்தது. சென்னை மாக்ஸ்முல்லர்பவன் கதே இன்ஸ்டிட்யூட்டும், சாகித்ய அகாடமியும் இணைந்து நடத்திய இரு ஜெர்மன் எழுத்தாளர்களுக்கான விழாவுக்காக பலர் கூடியிருந்தார்கள். இதன் பொருட்டு சென்னை வந்திருந்த இரண்டு ஜெர்மன் மொழி எழுத்தாளர்களில் ஒருவர்தான் சாஷா ஸ்டானிசிக். இன்னொருவர் அலெக்ஸ் காபுஸ் எனும் 50 வயது நிரம்பிய ஸ்விஸ் நாவலாசிரியர். இவரது ஒரு நாவல் எழுபதாயிரம் பிரதிகள் விற்பனையானதுடன் ஜப்பானிய மொழி உட்பட உலகின் பல மொழிகளிலும் மொழிபெயர்க்கப்பட்டுள்ளது. சாகித்ய அகாடமியின் பிராந்திய செயலாளர் எஸ். பொன்னுத்துரை அளித்த மிகச் சிறப்பான வரவேற்புரையுடன் தொடங்கிய கூட்டத்தை மினி கிருஷ்ணன் தலைமை தாங்கி ஒழுங்கு செய்ய, இரு எழுத்தாளர்களும் தங்களின் புனைகதை உலகில் உண்மையையும் புனைவையும் எப்படி, எந்தெந்த விகிதாசாரத்துடன் கலந்து எழுதுகிறார்கள் எனும் தங்களின் அனுபவங்களை மிகுந்த நகைச்சுவை உணர்வுடன் விரிவாகப் பகிர்ந்துகொண்டனர். தங்களின் கதை சொல்லும் கலை குறித்த நுட்பங்களை மிக

சுவாரசியமாக இருவரும் விவாதித்தார்கள். நிறைவுரையாக மாக்ஸ்முல்லர்பவன் இயக்குனர் கார்ல் பெஷாட் செக், சென்னை புத்தகக் கண்காட்சியைப் பற்றி பேசி, அடுத்த புத்தகக் கண்காட்சியில் இவ்விருவரின் புத்தகங்களும் தமிழ் மொழிபெயர்ப்பாகக் கிடைக்க வேண்டும் எனும்படியான கருத்தைத் தெரிவித்தார்.

இரண்டு எழுத்தாளர்களும் நேர் சந்திப்பில், தனியாக என்னுடன் மேற்கொண்ட உரையாடலில் என்னை வெகுவாகக் கவர்ந்தார்கள். அவர்களது வாழ்க்கையின் நெருக்கடியான காலகட்டங்கள் எத்தகைய மன அழுத்தங்களை உருவாக்கி அவர்களைத் தங்கள் எழுத்தில் இயங்க வைத்திருக்கிறது என்பது சுவாரசியமானதாக இருந்தது.

முதலில் சாஷா ஸ்டானிசிக் என்னுடன் பகிர்ந்துகொண்ட கருத்துகளைச் சொல்லியாக வேண்டும். அலெக்ஸ் காபுஸ் பற்றி பிறிதொரு சந்தர்ப்பத்தில் விரிவாகச் சொல்லலாம் என்று நினைக்கிறேன்.

சாஷா ஸ்டானிஷிக் 1978இல் போஸ்னியாவின் விஷிகிரேட் எனும் சிறு நகரத்தில் பிறந்தாலும் தனது பதினான்காவது வயது தொட்டு ஜெர்மனியில் வாழத் தொடங்கியிருக்கிறார். தனது தாய் மொழியான போஸ்னியன் மொழியிலல்லாது, தான் புலம்பெயர்ந்து சென்ற ஜெர்மன் மொழியில் எழுதத் தொடங்கி இருக்கிறார். சிறுகதைகள், ஒலி நாடகங்கள், கட்டுரைகள் ஆகியவற்றுடன் இலக்கியத்தை நிகழ்த்துதல் மற்றும் நாடகம் ஆகியவற்றில் ஈடுபட்டு வருகிறார். இவரது முதல் நாவலான, “கிராமஃபோனை போர்வீரன் எப்படிப் பழுது பார்க்கிறான்?” என்கிற பாதி சுயசரிதைத் தனமான நூல் பல விருதுகளைப் பெற்றிருக்கிறது. இவர் கிராஸ், அயோவா, நியூயார்க் ஃபெலோஷிப்களைப் பெற்றிருக்கிறார். “போர் போன்ற முக்கியமான வரலாற்று நிகழ்வுகள் நிறைந்த காலத்தில் வாழ்வதனாலேயே ஒருவரின் எழுத்து, சாதாரண காலங்களில் வாழ்கிறபோது பெறாத புதிய அர்த்தங்களைப் பெறுகிறது என்று கருதுகிறீர்களா?” என்று நான் கேட்டேன்.

அவர் தனக்கு பதினான்கு வயது இருக்கும்போது நிகழ்ந்த எண்ணற்ற நாசங்களைக் கொண்டு வந்த போரைப் பற்றிப் பேசலானார். யுகொஸ்லோவியா என்று அழைக்கப்பட்ட

நாடு இரண்டாகப் பிரிந்த பிறகு பாஸ்னியாவின் குடியரசின் ராணுவத்துக்கும், ஹெர்கோலினாவுக்கும் இடையே நடைபெற்ற போரில் ஒரு லட்சம் மக்கள் கொல்லப்பட்டனர். போஸ்னியாவின் செர்புகளுக்கும் அண்டை வீட்டுக்காரர்களான இஸ்லாமியர்களுக்குமான போரில் ஏராளமானவர்கள் புலம் பெயர்ந்து சென்றனர். கசப்பான சண்டை, கண்மண் தெரியாமல் நகரங்களின் மீது குண்டு வீச்சு; இனக்கலவரம்; கும்பல் கும்பலாகக் கற்பழிப்பு; படுகொலைகள். (ஈழத்தில் தமிழ் மக்களுக்கு இழைக்கப்பட்ட கொடுமைகளைக் கண்ணெதிரில் கண்டபடியும், அரசியல்வாதிகளின் சுயநலமான கோமாளி நாடகங்களைப் பார்த்தபடியும், கையாலாகாதவர்களாக இந்தியாவில் நின்றிருந்த நமக்கு இதைப்புரிந்து கொள்வது ஒன்றும் கடினமான காரியமில்லை). இரண்டாம் உலகப் போருக்குப் பிறகு ஐரோப்பாவில் அதிகமான அழிவுகளைக் கொண்டு வந்த தனது நாட்டின் போர் காலத்தின் சோக ரசாயனம் பூசப்பட்ட தனது இளமைக் காலத்தைப் பற்றி அவர் சொன்ன போது அவரது சிரிக்கும் கண்களில் ஒரு துயரத்தின் திரை படர்ந்தது. சாஷாவின் குடும்பம் ஜெர்மனிக்குப் புலம் பெயர்ந்து சென்றிருக்கிறது.

போரின் அவலத்தை — தேசியம், இனம், மதம் போன்ற அடையாளங்களுக்குள் நிகழ்ந்த மோதல்களைத் — தனது 14வது வயதில் கண்ட சாஷா அதையே தனது முதல் நாவலின் பின்புலமாகக் கொண்டிருக்கிறார். ஒரு விதத்தில் பார்த்தால் தனது இளம் வயதில் பார்த்த தனது சொந்த சிறு நகரத்தை விட்டுப் பிரிய நேர்ந்த சிறுவன் மீண்டும் அந்நகரத்தைத் தேடி வரும் அனுபவத்தை நாவல் பேசுகிறது. அதை அவர் ஒரு சிறுவனின் பார்வையிலேயே சொல்லிச் செல்கிறார். அதே நேரத்தில் நாவலுக்கு என்று இருக்கிற இறுகிய வடிவத்தைக் குலைத்தும் போடுகிறார். நாவலைப் படித்துக்கொண்டே வருகிற போது அதன் பிரதான கதாபாத்திரம் ஒரு புத்தகம் எழுதுகிறது. அதன் தலைப்பு: "எல்லாம் சரியாக இருக்கிறபோது"என்பதாக இருக்கிறது. அந்தப் புத்தகத்தை நாவலின் நடுவே இன்னொரு புத்தகமாகப் போடுகிறார். அதன் முதல் பக்கம், "எல்லாம் சரியாக இருக்கிறபோது" என்கிற தலைப்பு மற்றும் அதன் ஆசிரியர் பெயர், பாட்டிக்கு சமர்ப்பணம், அதற்கென்று ஒரு முன்னுரை, உள்ளடக்கம் என்று முழுமையான ஒரு தனி புத்தகமாகவே அது விரிகிறது. — புத்தகத்துக்குள் ஒரு புத்தகம்.

தனது புத்தகத்தை முதலில் நடுவில் படித்து விட்டு பிறகு முதலிலிருந்து தொடங்கியும் படிக்கலாம் என்று குறிப்பிடுகிறார். பிறகு கடைசிப் பக்கங்களைப் படிக்கலாம் என்றும் சொல்கிறார்.

தன் நாவலின் கதாபாத்திரங்கள் பெரும்பாலும் தனது நெருங்கிய குடும்ப அங்கத்தினர்களேதான் என்று ஒப்புக் கொள்கிறார். இதில் பல நன்மைகள் இருப்பது போலவே பல சங்கடங்களும் இருக்கின்றன என்று வேடிக்கையாகக் குறிப்பிட்டார். "எங்களை என்ன நீ இப்படிச் சித்திரித்து விட்டாய்", என்றும், "நான் அப்படி சிரிக்க மாட்டேனே," என்றும் அவர்கள் குறிப்பிடுவார்கள் என்றும் அவர் சொன்னபோது அவரது எழுத்தின் சுயசரிதைத் தன்மையை உணர முடிந்தது.

எங்களின் உரைநடையாடலின் இடையே சேரலாதன் வந்து கலந்து கொள்ளவே, பேச்சு காஃப்காவைப் பற்றித் திரும்பியது. சேரலாதன் ஜெர்மன் மொழி மட்டுமன்றி, பிரெஞ்சு மொழியும் அறிந்தவர். காஃப்காவின் எழுத்துகளை மூலமொழியிலேயே படித்துத் தமிழுக்கு மொழிபெயர்த்தவர் அவர். காஃப்காவைப் படிப்பது என்பது வேடிக்கையான ஒரு அனுபவம் என்ற போதிலும், மிக ஆழ்ந்த அர்த்தம் தொனிக்கும் எழுத்துகளின் சொந்தக்காரரும் அவர்தான் என்று சாஷா குறிப்பிட்டார்.

மொழியைப் பற்றி காஃப்காவின் கருத்து பற்றி பேச்சு திரும்பியது. தனது 17வது வயதிலேயே மொழியின் மீது நம்பிக்கையில்லாத் தீர்மானத்தை நிறைவேற்றினார் காஃப்கா. மிகத் தொடக்க காலத்தில் அதாவது, 1900இல், காஃப்கா எழுதிய அக்கட்டுரையின் தலைப்பு: "மொழியின் மீதிருக்கும் நம்பிக்கையின் பிரச்சினை." அந்தரங்கமான, உள்ளார்ந்த ஞாபகங்களை மற்றவர்களுடன் பகிர்ந்து கொள்வதற்கு மொழி எப்படி ஒரு லாயக்கற்ற கருவியாக இருக்கிறது என்று காஃப்கா அந்தக் கட்டுரையில் விவரிக்கிறார். தனது நண்பர் ஆஸ்கார் போலாக்கிற்கு எழுதிய கடிதமொன்றில், "மொழி என்பது மோசமான சுரங்கம் தோண்டி" என்றும், "மொழி என்பது மோசமான மலையேறி" என்றும் காஃப்கா குறிப்பிட்டதை நான் சாஷாவிடம் சொன்னபோது அவர் தனது நாவலின் மொழி நடை குறித்துப் பேசத் தொடங்கி விட்டார்.

தனது தாய் மொழி ஜெர்மன் மொழி அல்லவென்றும், அது தனது இரண்டாம் மொழி என்றும் சொன்னார். தனது தாய்

மொழியான போஸ்னியன் மொழி ஒரு செர்போ— குரோஷியன் மொழி என்றும், அதற்கென்று உள்ளீடாகக் கட்டப்பட்ட தர்க்க நியாயங்கள் ஜெர்மன் மொழிக்குப் புறம்பானவைதான் என்றும் குறிப்பிட்டார். ஆனால் இரண்டாம் மொழியான ஜெர்மன் மொழியில் எழுதுகிறபோது தன்னுடைய முதல் மொழியிலிருந்து நேரிடை மொழி பெயர்ப்புகளான பல புதிய பதச் சேர்க்கைகள், இனிய ஓசை ரீதியான பிரயோகங்கள் ஆகியவை ஜெர்மன் மொழியில் தனது நடையை பிரத்தியேகமானதாக மாற்றுவதாக சொன்னார். தனது மொழிக்குள் கட்டமைக்கப்பட்டிருக்கும் தர்க்கம் ஜெர்மன் மொழிக்குள்ளும் புகுந்து கொள்வதால் புதிய பரிமாணங்கள் கிடைக்கின்றன என்று அவர் குறிப்பிட்டது கவனிக்கப்படவேண்டிய ஒன்று.

எல்லாவற்றையும் விட அவரது மொழிபெயர்ப்புகளைப் பற்றியும் மொழிபெயர்ப்பாளர்களைப் பற்றியும் அவர் சொன்னவை மிகவும் சுவாரசியமானவை. அவரது மொழிபெயர்ப்பாளர்கள் அவரது எழுத்தை எந்த அளவுக்கு ஊன்றிப் படிக்கிறார்கள் என்பதற்கு அவர் ஒரு உதாரணம் கொடுத்தார்.

ஒரு மொழிபெயர்ப்பாளர் அவரது கதையில் ஒரு குறிப்பிட்ட நாள் எப்படி சனிக்கிழமையாக இருக்க முடியாது என்றும் கதைப்படி அது எப்படி வெள்ளிக்கிழமையாகத்தான் இருக்க முடியும் என்றும் வாதாடி, அது உண்மைதான் என்பதை அவர் ஒப்புக்கொள்ள வைத்தார் என்று குறிப்பிட்டார்.

மொழி பெயர்ப்பாளர்கள் தனது நாவலில், தான் ஏதேனும் தவறுகளைச் செய்திருந்தால் அதைச் சுட்டிக் காட்டுவதை தான் விரும்புவதாகவும் அவர் குறிப்பிட்டது என்னை உண்மையில் வெகுவாகக் கவர்ந்தது. பொதுவாக நான் பழகிய ஐரோப்பிய எழுத்தாளர்களிடம் கண்ட குணாம்சம் ஒன்று உண்டு. இலக்கியத்தில், தத்துவார்த்த தளத்தில், தங்கள் எழுத்தில் பரிட்சித்துப் பார்த்த விஷயங்களைக் கூட அவர்கள் மிக விளையாட்டுத்தனமாகவே விவரிப்பார்கள். அது ஏதோ உன்னதமான ஒரு விஷயம் என்கிற ஒரு தொனியில் அதை விவரித்து அதன் மூலமாகத் தனக்கென்று ஒரு குருபீடத்தைக் கட்டியெழுப்புவதில் அவர்கள் ஆர்வம் காட்டுவதில்லை. தனக்கென்று குருபீடம் ஒன்று கட்டப்படக் கூடாது என்பதில் சாஷா மிகக் கவனமாக இருப்பவர் என்பதை நேர்ப் பேச்சில்

போர் பற்றி நான் கேட்ட ஒரு கேள்விக்கு அவர் கொடுத்த மிக நேர்மையான பதிலே போதுமானது. "ஒரு பல் டாக்டர் பல்வலிக்காகத் தன்னிடம் வந்த நோயாளியிடம் பல்லை விட்டு விட்டு நோயாளியின் நாக்கைப் பற்றிக் கேட்கும் விதமாகத்தான் என்னிடம் நீங்கள் கேட்கிறீர்கள். நானும் என்னால் விளக்கிச் சொல்ல முடியாத ஒன்றை விளக்கித் தோற்கிறேன்," என்று சொல்லி உறுத்தாமல் மெலிதாகச் சிரித்ததைப் பார்க்க வேண்டுமே நீங்கள். தன்னால் ஒன்றை விளக்கிச் சொல்லமுடியவில்லை என்பதைப் பகிரங்கமாக அதே நேரத்தில் வேடிக்கையாக ஒப்புக் கொண்டார்.

இதே போன்றுதான் இலக்கியத்தின் மிக ஆழமான எண்ணங்களையும் கூட அவர் மிக வேடிக்கையான முறையிலேயே வெளிப்படுத்தினார். தனது நாவலின் ஒரு பிரதியைக் கையெழுத்திட்டு கொடுத்தபோதுகூட அதை ஏதோ நூல் வெளியீட்டு விழாவில் செய்வதுபோல கையில் பிடித்துக்கொண்டு என்னுடன் புகைப்படத்திற்கு நின்றார்.

கூட்டத்தில் தனது நாவலின் ஒரு பகுதியை ஆங்கில மொழி பெயர்ப்பாக வாசித்துக் காட்டியபோது, அதை ஜெர்மன் மொழியிலேயே வாசித்துக் காட்ட வாய்ப்பு இருந்திருந்தால், தான் அதை ஒரு நிகழ்கலையாக மாற்றி இருப்பேன் என்றும் குறிப்பிட்டார். அதே நேரத்தில் வெளிவந்த தன் நாவலின் மொழிபெயர்ப்புகளிலேயே ஆங்கில மொழிபெயர்ப்புதான் தனக்கு அதிக திருப்தி அளிக்கக் கூடியது என்ற போதிலும் அதனைக் கொண்டு தனது நாவல் இந்திய மொழிகளில் மொழிபெயர்க்கப்படக்கூடாது என்று திட்டவட்டமாக அறிவித்தார்.

மிக அபூர்வமாகவே கேட்கக் கூடிய மிக அசலான இலக்கிய ஆளுமை ஒன்றைச் சந்திக்க வாய்ப்பு ஏற்படுத்திக் கொடுத்த சென்னை கதே இன்ஸ்டியூட்டுக்கு நான் நன்றி தெரிவித்தே தீர வேண்டும்.

*

சாஷா ஸ்டானிஷிக் படைப்புகள்

கிராமஃபோனை போர்வீரன் எப்படிப் பழுது பார்க்கிறான்?
(நாவலின் தொடக்கத்தின் சிறு பகுதி...)

தாத்தா ஸ்லவகோ எனது தலையை பாட்டியின் துணி காய வைக்கும் நாடாவை வைத்து அளந்தார். எனக்கு ஒரு மந்திரத் தொப்பி கிடைத்தது. அட்டையில் செய்யப்பட்ட கூர்முனை கொண்ட மந்திரத் தொப்பி. தாத்தா ஸ்லவகோ சொன்னார்: "இது போன்றவற்றைச் செய்வதற்கு நான் இன்னமும் இளமையாகவே இருக்கிறேன். நீயோ இப்போதே மிகவும் வளர்ந்தவனாகி விட்டாய்."

எனவே எனக்கு ஒரு மந்திரத் தொப்பி கிடைத்தது மஞ்சளும், நீலமுமான விடிவெள்ளி நட்சத்திரங்களைக் கொண்ட, நீல நிற வால்களைக் கொண்ட ஒரு மந்திரத்தொப்பி. அத்துடன் சேர்ப்பதற்குப் பிறைச் சந்திரன் ஒன்றையும் இரண்டு முக்கோண வடிவ ராக்கெட்டுகளையும் நான் வெட்டி எடுத்தேன்.

"தாத்தா என்னால் இந்தத் தொப்பியுடன் வெளியே போக முடியாது."

போகும்படி ஆகிவிடக்கூடாது என்று நம்பினேன்.

தோட்டத்து மேசையில் பறவைகள்

மாலையில் இறந்து போவதாக இருந்த தாத்தா அன்றைய காலையில், ஒரு குச்சியிலிருந்து ஒரு மந்திரக்கோலைச் செய்து கொடுத்து என்னிடம் சொன்னார்: "இந்த குச்சியிலும் தொப்பியிலும் மந்திர சக்தி இருக்கிறது. நீ இந்தத் தொப்பியை அணிந்து கொண்டு மந்திரக்கோலை அசைத்தால் அணி சேரா நாடுகளிலேயே அதிக அதிகாரமுள்ள ஒரு மந்திரவாதியாக நீ இருப்பாய். எல்லா விஷயங்களையும் புரட்சிகரமாக மாற்றக்கூடியவனாக இருக்க உன்னால் முடியும், அவை ஜெனரல் டிட்டோவின் கருத்துகளுக்கு ஒத்துப்போகக் கூடியவையாக இருக்கும் பட்சத்திலும், யுகோஸ்லோவியக் கம்யூனிஸ்ட் லீக்கின் சட்டங்களுக்கு இணங்கிப் போகும் பட்சத்திலும். "நான் அந்த மந்திரசக்தியை சந்தேகித்தேன். ஆனால், எனது தாத்தாவை ஒரு போதும் சந்தேகித்ததில்லை." மதிப்புள்ள பரிசுகள் எல்லாவற்றைக் காட்டிலும் கண்டுபிடிப்புகள், கற்பனை ஆகியவை உன்னுடைய மிகப் பெரிய செல்வம். அலெக்சாண்டர் இதை நீ நினைவில் வைத்துக்கொள்", தொப்பியை எனது தலையில் பொறுப்போடு அணிவித்தபடி தாத்தா சொன்னார், "இந்த உலகம் முன்பு இருந்ததைவிட மேலும் சிறப்பானதாகி விட்டது என்று கற்பனை செய்துகொள்." மந்திரக் கோலை எனது கையில் கொடுத்து விட்டு எதைப் பற்றியும் பிறகு அவர் கவலைப்படவேயில்லை.

மக்கள் அவ்வப்போது செத்துப் போனவர்களைப் பற்றி கவலைப்படுவது வழக்கம்தான். எனது குடும்பத்திலும் ஞாயிற்றுக்கிழமை மழை, காஃபி, பாட்டி காதரினா ஆகிய எல்லாம் ஒரே நேரத்தில் ஒன்று சேருகிறபோது அது நடக்கும். பாட்டி தனது உடைந்த கைப்பிடி கொண்ட வெள்ளை நிற தேநீர்க் கோப்பையிலிருந்து தனக்குப் பிடித்தமான காஃபியை உறிஞ்சியபடி எல்லா செத்துப் போனவர்களையும், சாவு அவர்களுக்கு முன்னால் வருவதற்கு முன் அவர்கள் செய்த எல்லா நல்ல காரியங்களையும் நினைத்துப் பார்த்து அழுவாள். எங்களது உறவினர்களும், நண்பர்களும் பாட்டியின் வீட்டில் இரண்டு நாள் முன்னர் இறந்து போயிருந்த தாத்தா ஸ்லவகோவை நினைவு கொள்வதற்காக வந்திருக்கிறார்கள். எப்படி இருந்தாலும் அவர் இப்போது ஒரேயடியாகச் செத்துப்போய் விட்டார். நான் எனது மந்திரத் தொப்பியையும், மந்திரக்கோலையும் தேடி எடுக்கும் வரை.

என் குடும்பத்தில் இன்னும் செத்துப் போகாதவர்கள் அம்மா, அப்பா, அப்பாவின் சகோதரர்கள் — போரா மாமா, நிக்கி மாமா, நேனா பாத்திமா எனும் என் அம்மாவின் அம்மா. நேனா பாத்திமா இன்னும் ஆரோக்கியமாக இருந்தாலும் அவரது செவியும், நாக்கும் மட்டும் செத்துப் போயின — அவள் ஒரு கம்பத்தைப் போல செவிடு என்றும், பொழியும் பனியைப் போல மௌனமானவள் என்றும் எல்லோரும் சொல்வதுண்டு. கோர்டனா மாமியும் கூட இன்னும் செத்துப் போகவில்லை. அவள் போரா மாமாவின் மனைவி என்பதுடன் அவள் கர்ப்பமாகவும் இருந்தாள். கோர்டனா மாமி இருண்ட கடலான எங்கள் குடும்பத்து தலைமுறையில் ஒரு தங்க நிறத் தீவு. அவளை நாங்கள் சூறாவளி என்று அழைப்பது வழக்கம். ஏனென்றால் அவள் சாதாரணமானவர்களைக் காட்டிலும் நான்கு மடங்கு உயிரோட்டமுள்ளவள். அவள் ஏழு மடங்கு மற்றவர்களைக் காட்டிலும் வேகமாக ஓடுவாள். பதினான்கு மடங்கு சராசரி வேகத்தைக்காட்டிலும் வேகமாகப் பேசுவாள். சிறுநீர் கழித்து விட்டு கை கழுவும் கோப்பைக்கு உருண்டு செல்வாள். கடைகளில் பில் போடும் இடத்தில் காசாளரைவிட வேகமாக பொருள்களின் விலைகளைக் கூட்டிக் கூறி விடுவாள்.

தாத்தா ஸ்லவகோவின் மரணத்தின் பொருட்டு இவர்கள் எல்லோரும் பாட்டி வீட்டுக்கு வந்திருக்கிறார்கள். ஆனால் அவர்கள் எல்லோரும் சூறாவளி மாமியின் வயிற்றில் இருக்கும் குழந்தையைப் பற்றியே பேசிக்கொண்டிருக்கிறார்கள். சூறாவளி மாமி தனது தங்க நிற சுருள் கூந்தலை அசைத்தபடி எல்லோரிடமும் வேகமாகச் சொல்லிக்கொண்டிருக்கிறாள்: "நான் என்ன மெக்சிகோகாரியா என்ன? அது ஒரு பெண் குழந்தைதானே தவிர எலிக்குட்டி அல்ல. அவள் எமா என்னும் பெயரில் அழைக்கப்படுவாள்."

"அது ஸ்லவகோவாகவும் இருக்கலாம்," போரா மாமா அமைதியாகச் சொன்னார், "அது ஒரு ஆண்குழந்தையாக இருந்தால் ஸ்லவகோ."

இன்று கருப்பு உடை அணிந்து காத்ரீனா பாட்டியுடன் சேர்ந்து காஃபி உறிஞ்சியபடி, கார்ல் லூயிஸ் டோக்கியோவில் உலக ரிகார்ட் செய்ததை தாத்தா உட்கார்ந்து பார்த்துக் கொண்டிருந்ததை நினைவு கூர்ந்தார். சோஃபாவின் மீது சோகமான பார்வையை வீசியபடி இருந்த அனைவரிடமும் ஸ்லவகோ தாத்தாவின் மீதான தனதுஅன்பு அதிகமாக

20 தோட்டத்து மேசையில் பறவைகள்

இருந்ததைச் சொன்னார். தாத்தா சரியாக 9.86 செகண்டில் உயிரைத் துறந்தார். தாத்தாவும் கார்ல் லூயிசும் கழுத்தோடு கழுத்தாக ஒட்டிக்கொண்டவர்கள் போன்றவர்கள் என்பதால் கார்ல் லூயிசுடன் சேர்ந்து தாத்தாவின் இதயத்துடிப்பும் அதிகமாகிக் கொண்டு இருந்தது. பிறகு அவரது இதயம் நின்றது. கார்ல் லூயிஸ் வெறி பிடித்தவர் போல ஓடினார். தாத்தாவின் வாயைப் பிளந்தார். கார்ல் தனது முஷ்டியைக் காற்றில் உயர்த்தி அமெரிக்க கொடியைத் தனது தோளுக்கு மேல் உயர்த்தினார்.

துக்கத்திற்கு வந்தவர்கள் சாக்லேட்டுகளையும், சர்க்கரைக் கட்டிகளையும் கொண்டு வருவார்கள். அவர்கள் இனிப்பான பொருள்களால் பாட்டியை ஆறுதல் செய்யவும். தங்களை மதுவின் மூலமாக ஆறுதல் செய்து கொள்ளவும் முயன்றனர். ஆண்களின் துக்கம் சவரம் செய்த பிறகு பூசும் வாசனைத் தைலத்தின் மணத்துடன் இருந்தது. அது சமையல் அறையில் இருந்த சிறிய கூட்டங்களில் இருந்து கரைந்தது. பெண்களின் துக்கம், மேசையில் பாட்டியைச் சுற்றி அமர்ந்தபடி சூறாவளி மாமியின் வயிற்றில் இருக்கும் புதிய உயிருக்குப் பெயர்களை சிபாரிசு செய்வதும், குழந்தையின் முதல் மாதங்களில் அதை எப்படிப் பிடித்து தூங்க வைக்க வேண்டும் என்பவை பற்றியதாகவும் இருந்தது. யாராவது தாத்தாவின் பெயரைச் சொன்னவுடன் பெண்கள் ஒரு கேக்குத் துண்டை வெட்டி அவர்களிடம் கொடுப்பதாக இருந்தது. அவர்கள் காஃபியில் சர்க்கரை கலந்து அதில் கரண்டியை ஒரு விளையாட்டுப் பொருள் போலக் கொண்டு கலக்குபவர்களாக இருந்தனர்.

பெண்கள் எப்போதும் கேக்கின் நற்குணங்களைப் புகழ்பவர்களாக இருந்தனர்.

கொள்ளுப் பாட்டி மிலிவாகவும், கொள்ளுத் தாத்தா நிக்கோலாவும் அங்கே இருக்கவில்லை. ஏனெனில் அவர்களது மகன் எங்கு பிறந்தாரோ அந்த கிராமத்தில் புதைக்கப்படுவதற்காக அவர்களின் வீட்டுக்கு வரப் போகிறார் என்பதனால் அவர்கள் இங்கு வரவில்லை. அவர்கள் இருவரும் அங்கேயே இருந்துகொண்டு என்ன செய்யப் போகிறார்கள் என்று எனக்குத் தெரியவில்லை. நீ உயிரோடு இருக்கும்போது எங்கே எல்லாராலும் விரும்பப்பட்டாயோ அங்கேயே நீ சாவதற்கு அனுமதிக்கப்பட வேண்டும். எனது அப்பா கீழே இருந்த நிலவறையில் இருந்தார். அதனை அவர் ஸ்டுடியோ என்று

அழைத்தார்; அங்கேயே நீண்ட நேரம் தனது கான்வாஸ்கள், தூரிகைகள் ஆகியவற்றின் மத்தியில் இருந்தார். பாட்டி தனது அண்டை வீட்டுப் பெண்களும் அவர்களது காஃபியும் சாக்லெட்டும் இருக்கும் வரையிலும் அங்கேயே இருந்தார். கொள்ளுப் பாட்டியும் கொள்ளுத் தாத்தாவும் அவர்களது வெலெட்ரோவா கிராமத்து தோட்டத்தின் வாதுமை மரத்துக்குக் கீழே எவ்வளவு நேரம் இருக்க முடியுமோ அவ்வளவு நேரம் இருந்தார்கள். எனது அம்மா எங்கே இருக்க விரும்புவாள்?

ஸ்லவகோ தாத்தா அவரது சிறந்த கதைகளில் அல்லது அவரது கட்சி அலுவலகத்தின் கீழே இருக்க விரும்புவார்.

அவரில்லாமல் என்னால் இன்னும் இரண்டு நாள் வேண்டுமானால் சமாளிக்க முடியும். என்னுடைய மந்திரப் பொருட்கள் நிச்சயமாக அந்தத் தருணத்தில் திரும்பி வரும்.

நான் என் கொள்ளுத் தாத்தாவையும் கொள்ளுப் பாட்டியையும் மீண்டும் பார்க்க வேண்டும் என்று ஆசை கொண்டேன். எனக்கு நினைவு தெரிந்த நாளாக அவர்கள் இனிமையான வாசனை கொண்டவர்களாக இருந்ததில்லை. அவர்களது சராசரி வயது நூறு அல்லது நூற்றி ஐம்பது இருக்கலாம். அதேபோல அவர்கள் கொஞ்சம் கூட செத்துப் போனவர்கள் கிடையாது. மொத்த குடும்பத்திலேயே சூறாவளி மாமியைத் தவிர்த்து. அதிக உயிர்த் துடிப்போடு இருப்பவர்கள் அவர்கள்தான். சூறாவளி மாமியை இதில் சேர்த்துக் கொள்ள முடியாது. ஏனெனில் அவளை ஒரு மனித ஜென்மம் என்று சொல்வதை விட இயற்கையின் ஒரு குழப்பம் என்றுதான் சொல்ல வேண்டும். அவளது பின்புறத்தில் ஒரு இயந்திரம் பொருத்தப்பட்டிருந்தது. இதை அவரது இயற்கையின் ஒரு குழப்பத்தின் முதுகில் ஒரு முத்தம் கொடுத்து போரா மாமா சில சமயம் சொல்லுவார், எனது கொள்ளுத் தாத்தா, கொள்ளுப் பாட்டி எந்த அளவு வயதானதால் எடை போட்டார்களோ அந்த அளவுக்கு எனது போரா மாமா பல கிலோ எடை போட்டிருந்தார்.

அடுத்ததாக எங்கள் குடும்பத்தில் சாகாதவர் ஒருவர் இருக்கிறார் என்றால் அது பாட்டி காதரினாதான். தாத்தாவின் இதயம் உலகிலேயே மிக வேகமான நோயினால் செத்துப் போன அன்று மாலை அவளும் செத்துப் போக வேண்டும் என்று விரும்பினாள்... “நீ இல்லாமல் நான் என்ன செய்வேன்?”

என்று தேம்பினாள். "ஸ்லவகோ, ஓ என்னுடைய ஸ்லவகோ, நான் மிக வருத்தமாக இருக்கிறேன்."

பாட்டியின் மிகப் பெரிய சோகம் அப்படி நான்கு கால்களால் தவழ்ந்து செல்வதைப் பார்த்தபோது தாத்தாவின் மரணத்தைக் காட்டிலும் பாட்டியின் சோகத்தைப் பார்த்து நான் மிகவும் பயந்தேன். "நான் எப்படித் தனியாக வாழப் போகிறேன்?"

தாத்தாவின் செத்துப்போன பாதங்களில் நின்று பாட்டி தனது மார்பில் அறைந்து கொண்டாள். தான் சாக வேண்டுமென இறைஞ்சினாள். நான் இன்னமும் வேகமாக மூச்சு விட்டுக்கொண்டிருந்தேன். ஆனால் எனக்கு மூச்சு அடைத்தது. பாட்டி மிகவும் பலகீனமாக இருந்தாள். அவளது உடம்பு மிருதுவாகவும், வட்டமாகவும் தரைமீது படிந்து விடப் போகிறதோ என்று நான் கற்பனை செய்தேன். தொலைக்காட்சிப் பெட்டி மீது கனமான பெண்மணி எகிறிக் குதித்து அது தரையில் விழுவது குறித்து மகிழ்ச்சி அடைவதைக் கண்டேன். தாத்தாவின் பாதத்தின் அருகில் நின்று பாட்டி, அண்டை வீட்டுக்காரர்களை அழைத்தாள். அவர்கள் தாத்தாவின் சட்டையைக் கழற்றினார்கள். அவரது கண்ணாடி நழுவியது. அவரது வாய் ஒரு பக்கமாக கோணலாகி இருந்தது. எனது மனசுக்குள்ளேயே விஷயங்களைக் கத்தரித்தேன். நான் எப்போதெல்லாம் இழப்பைச் சந்தித்திருக்கிறேனோ அப்போதெல்லாம் செய்வதுபோல. எனது மந்திரத் தொப்பிக்காக சிறிய நட்சத்திரங்களை வெட்டி எடுப்பதுபோல.

நான் பயந்ததையும் மீறி, ஒரு சாவு நிகழ்ந்த பிறகும், தொலைக்காட்சிப் பெட்டி மீது இருந்த பாட்டியின் சீனத்து நாய் கீழே விழுந்ததை நான் கவனித்தேன். பூவேலை செய்யப்பட்ட மேசைத் துணியின் மீது இரவுச் சாப்பாட்டுக்கு வைக்கப்பட்ட மீன் முட்கள் கொண்ட தட்டு ஒன்று இன்னமும் இருந்ததையும் கவனித்தேன். அண்டை வீட்டுக்காரர்கள் பேசிய ஒவ்வொரு வார்த்தையையும் பாட்டியின் கேவலையும், ஊளையிடுதலையும் மீறி நான் செவி மடுத்தேன். அவள் தன்னை தாத்தாவின் காலுக்கிடையே மாட்டிக் கொண்டாள். தாத்தா சோஃபாவிலிருந்து நழுவி விழுந்தார். நான் டிவிக்குப் பின்னால் இருந்த மூலையில் மறைந்து கொண்டேன். ஆனால் பாட்டியின் சிதைக்கப்பட்ட முகத்தையோ அல்லது தாத்தா சோஃபாவிலிருந்து பக்கவாட்டில் நழுவி விழுந்ததையோ அல்லது எனது தாத்தா பாட்டியின் முகத்தை அசிங்கமாக

நான் இதுவரை பார்த்ததில்லை என்கிற சிந்தனையையோ ஆயிரம் தொலைக்காட்சிப் பெட்டிகளினாலும் மறைக்க முடியாது. நான் நடுங்கும் எனது பாட்டியின் முதுகின் மீது எனது கரங்களைப்போட விரும்பினேன். அவளது மேற்சட்டை வியர்வையினால் நனைந்துபோய் இருந்தது. “பாட்டி அழாதே. எல்லாம் சரியாகி விடும். தாத்தா ஒரு கட்சி உறுப்பினர். கம்யூனிஸ்ட் சட்ட திட்டங்களுக்குக் கட்சி கட்டுப்பட்டது. தற்சமயம் என்னால் எனது மந்திரக்கோலைக் கண்டுபிடிக்க முடியவில்லை. எல்லாம் சரியாகி விடப்போகிறது பாட்டி,” என்று நான் பாட்டியிடம் சொல்ல விரும்பினேன்.

ஆனால், துக்கத்தினால் அவளுக்குப் பிடித்துவிட்ட பைத்தியம் என்னை அமைதிப்படுத்திவிட்டது. “என்னைத் தனியே விடுங்கள்,” என்று அவள் உரக்க கத்தினாள். துணிச்சல் குறைந்தவன் என்ற வகையில் தோற்றுப் போனவனாக நான் எனது மறைவிடத்திலேயே இருந்துகொண்டேன். அண்டை வீட்டுக்காரர்களில் நிறைய பேர் தாத்தாவுக்குப் பதிலாக இப்போது பாட்டியை நோக்கித் திரும்பினர். ஆறுதல் படுத்த முடியாத அவளை ஆறுதல் படுத்த முயன்றனர். அவளுக்குத் தேவைப்படாத ஏதோ ஒன்றை அவளுக்கு விற்பதற்காக அவர்கள் முயல்வது போலத் தெரிந்தது. அவள் கறாராக தன்னைக் காட்டிக்கொள்ள முயன்றாள். மேன்மேலும் பொங்கிய கண்ணீர் அவளது கன்னத்தை, அவளது வாயை, அவளது விசும்பலை, அவளது முகவாயை தோசைக் கல்லில் எண்ணை தடவுவதுபோல் மறைத்தது. அந்த வரவேற்பறையின் அதிகமான கவனிப்புகளை நான் குறைத்துக்கொண்டேன். புத்தக அலமாரியில் மார்க்ஸ், லெனின், கர்டெல்ஜ், கீழ்த்தட்டின் இடது புறம் ‘மூலதனம்’ இருந்தது. மீனின் வாசனை, சுவரில் ஒட்டியிருந்த அலங்கார காகிதத்தில் இருந்த மரக்கிளைகள், சுவரில் நல்ல துணியில் நெய்த ஓவியங்கள். கிராமத்து தெருவில் விளையாடும் குழந்தைகள், பளிச்சென்ற வண்ண பூஜாடியில் இருக்கும் பளிச்சென்ற வண்ணப் பூக்கள், ஆர்ப்பரிக்கும் கடலில் ஒரு கப்பல், காட்டில் ஒரு சிறு குடிசை, டிட்டோவும் காந்தியும் கை குலுக்கிக் கொள்ளும் ஒரு புகைப்படம், இவற்றுக்கு மேலே கப்பலுக்கும் குடிசைக்கும் இடையே யாரோ சொல்கிறார்கள்: “அவரது நினைவிலிருந்து இவளை எப்படி மீட்கப் போகிறோம்?”

மேலும் மேலும் மனிதர்கள் வந்தார்கள். ஒருவர் விட்டு விட்டுப் போன இடத்தை மற்றவர் பிடித்துக்கொண்டு, அல்லது குறைந்தபட்சம் எதையும் விட்டு விடாமல் இருப்பதற்காக, மரணத்தின் முன்னால் எந்த அளவுக்கு உயிர்த் துடிப்போடு இருக்க முடியுமோ அந்த அளவுக்கு உயிர்த்துடிப்புடன் இருக்க விரும்பினார்கள். தாத்தாவின் மரணம் மிக விரைவில் சம்பவித்து விட்டது. அது அண்டை வீட்டுக்காரர்களை நிலை குலையச் செய்துவிட்டது. அவர்கள் குற்ற உணர்வுடன் தரையைப் பார்க்குமாறு செய்துவிட்டது. தாத்தாவின் இதயம் ஓட்டப் பந்தயத்தில் ஓடியதை யாராலும் தாங்கிக் கொள்ள முடியவில்லை. பாட்டியால் கூட தாங்கிக்கொள்ள முடியவில்லை: “ஓ, இல்லை, ஏன்? ஏன்? ஏன்? இப்படி ஸ்லவகோ?” இரண்டாம் மாடியிலிருந்த டேட்டா அமெலா நிலை குலைந்தார். யாரோ அழுதார்கள் “ஓ! இயேசுவின் புனித இதயமே “. யாரோ ஒருவரும் அவரது குடும்பமும் இயேசுவின் அன்னையைப் பழித்தார்கள். பார்ட் தாத்தாவின் காற்சட்டையின் காலைப் பிடித்து வலிந்து இழுத்தார். வாசலில் இரண்டு சிறு கைப்பைகளுடன் நுழைந்த இரண்டு முதலுதவிக்காரர்களைத் தாக்கினார். முதலுதவிக்காரர்கள் வெள்ளைக் கோட்டுக்கடியில் கட்டம் போட்ட கம்பளிச்சட்டை அணிந்திருந்தனர். தாத்தாவின் காற்சட்டையைக் கழற்றி பாட்டியிடம் கொடுத்தார்கள். அதைப் பாட்டி பார்த்தபோது, பாட்டியாகப் பார்த்து தாத்தாவை வழி அனுப்பினாலொழிய அவர் சாக மாட்டார் என்பதாகத் தெரிந்ததனால் அவள் அவரை வழி அனுப்புவதாக இல்லை. வெள்ளைக் கோட்டு அணிந்த மனிதன் தாத்தாவின் மார்பில் காதை வைத்து கேட்டார். அவர்களில் ஒருவர் அவர் முகத்துக்கு அருகில் கண்ணாடி ஒன்றை வைத்து பார்த்துவிட்டு சொன்னார்: “இல்லை, எதுவுமே இல்லை.”

நான் கத்தினேன்: “தாத்தா இன்னமும் அங்கே இருக்கிறார். கம்யூனிஸ்ட் கட்சியின் குறிக்கோள்களுக்கும், இலட்சியங்களுக்கும் தாத்தாவின் மரணம் ஒத்துப் போகவில்லை. நீங்கள் விலகிப் போங்கள். எனது மந்திரக்கோலை என்னிடம் கொடுங்கள். நான் அதை நிரூபிக்கிறேன்.”

*

இரட்டை தலை மனிதன்

இரட்டை தலை மனிதன் உள்ளே நடந்து வந்தான்.
நீல நிற ஆடை, நீல விழிகள், இரண்டு தாடிகள்.
குட்டையான தாடி ஒன்று,
அந்த அளவுக்குக் குட்டையில்லாத தாடி மற்றது.
அவன் நொண்டவில்லை.
நான் அப்படி நினைத்துக் கொண்டேன்.
இடது தலை சொன்னது,
அவர்கள் காலி பாட்டில்களைப் பொறுக்க வந்தார்கள் என்று.
வலது தலை அவர்கள் ஏன் அங்கே இருக்கிறார்கள்
என்று சொல்லவில்லை.
அந்த மனிதன் கை வண்டியை இழுக்கிறான்.
அது கொஞ்சம் அவனது கரங்களுக்கு இடையே வந்தது.
பிரபஞ்சத்தைக் காட்டிலும் வயதானதாக அது இருந்தது.
இருண்ட பொருளுடன் கூடி
எடையும், சீதோஷ்ண நிலையும் எல்லாமும் கலந்து
நட்சத்திர சேர்க்கையில் செய்யப்பட்டவைகளிலேயே
முதன் முதலில் செய்யப்பட்டதாக அது இருக்க வேண்டும்.
பியர் அடுக்கி வைக்கப்பட்டிருப்பது எங்கே என்று
இடது தலை கேட்டது.
வலது தலை சுற்று முற்றும் பார்த்தது.
அந்த மனிதனின் கணிதத் திறமை சராசரிக்கு அதிகமாக இருந்தது.
நான் உங்களுக்குப் பாடல்களை எழுதுவதுபோல
அவன் எண்களை முணுமுணுத்து சொன்னான்.

ஒருவேளை நான் உங்களுக்குப் பாடல்கள் எழுதினால்,
ஆனால் நான் எழுத மாட்டேன்.
நான் உங்களுக்கு
இனிமையான வார்த்தைகளை மட்டுமே வைத்திருக்கிறேன்.
மேலும் உங்களுக்கான இந்தக் குழப்பம்,
மேலும் மற்றதைக் காட்டிலும் நீளமான தாடியுள்ள
இந்த மனிதன் உங்களுக்காக.
அழகியல் ரீதியாகப் பார்த்தால்
தான் அழைக்கப்பட்டிராத விருந்தின் மிச்சம் மீதிகளைப் பொறுக்கும்
இந்த மனிதனின் சுயம்பு நிலையைப் போன்ற
இந்த அளவுக்கு அழகானதும், உயர்ந்த தரத்திலானதுமான ஒன்றை
நான் இதுவரைப் பார்த்ததில்லை.
இரண்டாவது தலையோ,
பெரிய சதைத் திரட்சியோ இல்லாமல் இருந்த
பெர்லின் நகர ஊடகம் மற்றும்
இலக்கியவாதிகள் மத்தியில் அவனது பிரசன்னம்.
அவனது கை வண்டி
எந்த அளவுக்குப் பொருத்தமற்று இருக்க முடியுமோ
அந்த அளவுக்குப் பொருத்தமற்று இருந்தது.
பியரோ, சமூக அழுத்தமோ,
போல செய்தலோ, சட்டைகளோ இதுவரை
ஒரு பிரச்சினையாக இல்லாதிருக்கையில்
பிரபஞ்சத்தின் பின் பக்கமாக நீந்திக்கொண்டு
இடது தலை சொல்கிறது: பாட்டில்களுக்காக 68 ஈரோ பணம்.
நாம் எவ்வளவு திரும்பப் பெறப் போகிறோம் என்பதை
வலது தலை சொல்லவில்லை.
எங்கே இந்த குறிப்பிட்ட தருணத்தில் நீங்கள் பார்க்க முடியுமோ
எங்கே நீங்கள் பார்க்க வேண்டுமென நான் விரும்புகிறேனோ
அங்கே
அந்த மனிதன் தனது சிறிய வண்டியைத் தெருவுக்குத் தள்ளுகிறான்.
ஒரு தெரு, ஒரு தெருவிலிருக்கும் குறியீடு, ஒரு சடை நாய்,
அதன் பின்னாலிருக்கும் ஒரு மங்கை,
கருப்பாக்கப்பட்ட பசையின் ஒரு துண்டு,
ஒரு வெளிறிப்போன மரம்,

ஒரு சைக்கிள், சைக்கிளின் மீதிருக்கும் ஒரு மனிதன்,
ஒரு பூக்கடை, மலர்கள், சுவற்றின் ஒரு சித்திரம்,
நீலமும் கருப்புமான ஒரு சிறிய லாரியிலிருந்து
பியர் பாட்டில்களை இறக்கி வைக்கும் இரண்டு தலையுள்ள
ஒரு மனிதன்.
*

சாஷா ஸ்டானிஷிக் சில குறிப்புகள்...

"உண்மையில் எல்லாவற்றையும் சாதிக்கக் கூடிய ஒரு மந்திரவாதியாக நான் இருந்தால் எல்லா மாலையும் 8 மணியிலிருந்து 9 மணி வரை உலகின் எல்லா மொழிகளையும் அறிந்துகொள்ள கூடியவர்களாக நாம் இருப்போம்."

- சாஷா ஸ்டானிஷிக்

சாஷா ஸ்டானிஷிக் (மார்ச் 1978) ஜெர்மன் மொழியில் எழுதும் போஸ்னியாவைச் சேர்ந்த எழுத்தாளர். இவரது "போர்வீரன் கிராமஃபோனை எவ்வாறு பழுது பார்க்கிறான்?" எனும் நாவல் அமெரிக்கா, பெர்லின், இஸ்ரேல், கொரியா போன்ற பல நாடுகளின் மொழிகளில் மொழிபெயர்க்கப்பட்டு மாபெரும் வெற்றி அடைந்தது.

ஸ்டானிஷிக் புனைகதை, நாடகம், பகடி இலக்கியம், மற்றும் வலைத்தளங்களிலும் எழுதுகிறார். யூ மேக்கில் (U_MAG) இல் தனக்கென ஒரு பத்தி எழுதுகிறார்.

வாழ்க்கை வரலாறு

போஸ்னியாவின் கிழக்குப் பகுதியில் உள்ள விசிகிரேட் எனும் சிற்றூரில் 1978—இல் ஒரு போஸ்னியாகாரருக்கும், ஒரு செர்பியகாரிக்கும் மகனாகப் பிறந்தார். 1992—இல் தனது 14 வயதில் செர்பியப் படையினர் இவரது ஊரை முற்றுகையிட்டபோது இவரது குடும்பமும் இவரும் அதிலிருந்து தப்பித்து தெற்கு ஜெர்மனியிலிருந்த அவரது மாமாவின் வீட்டுக்குச் சென்று

விட்டனர். ஹைடல்பர்க் எனும் ஊரில் சர்வதேசப் பள்ளி ஒன்றில் இவர் படித்தபோது அவரது படைப்புத் திறன் அங்கிருந்த ஆசிரியர் ஒருவரால் வளர்த்தெடுக்கப்பட்டது. 1997— இல் இளங்கலைப் பட்டம் பெற்ற பிறகு அமெரிக்காவில் பென்சில்வேனியாவில் பக்னெய்ல் பல்கலைக்கழகத்தில் துணை ஆசிரியராகப் பணி புரிந்தார்.

படித்துக்கொண்டிருந்த போதே இவர் ஜெர்மன் மொழியில் கவிதை, கட்டுரை, சிறுகதை ஆகியவற்றை எழுதி அவை NOISE CULTURE, CHIMERA, EDIT போன்ற இலக்கியப் பத்திரிகைகளில் வெளியாகின. 2004—இல் இவரது ஆராய்ச்சிக் கட்டுரைக்காக ஹைடல்பெர்க் பல்கலைக்கழகம் இவருக்கு பரிசளித்துப் பாராட்டியது. 2004—இல் லெய்ப்சிக் என்ற ஜெர்மன் இலக்கியக் கல்விக்கழகம் ஒன்றில் மொழி சார்ந்த பட்டப் படிப்பை முடித்தார். இந்த காலகட்டத்தில் முன்னாள் யுகோஸ்லாவியாவில் நடந்த போரைப் பற்றிய ஒரு சிறுவனின் பார்வையில் எழுதப்பட்ட சுயசரிதைத்தனமான படைப்புக்கு வாசகர் விருது ஒன்றைப் பெற்றார்.

2006—இல் இவரது பெயர்பெற்ற "கிராமஃபோனைப் போர்வீரன் எவ்வாறு பழுது பார்க்கிறான்?" எனும் பாதி நாவல் எழுதப்பட்டது. இதில் உள்நாட்டுப் போரைப் பற்றி தனது இளமைக்கால அனுபவங்களுடன் கற்பனை கலந்த கதைகளை வைத்துப் பின்னப்பட்ட ஒரு கதைக் களத்தைத் தேர்ந்தெடுத்திருந்தார்.

விருதுகள்

2005	Residencies in the Villa Waldberta Kiinstlerhaus the Lukas
2006	The fellowship of the frontier Robert Bosch Foundation
2006	German Book Prize
2007	Prize for Literature Prize of the City of Bremen.
2007	Moreover, as the soldier repaired the gramophone was a year of its publication as a radio play by the Bavarian Radio and adapted in

2007   For the German Audio Book Prize Nominees.
2008   Adelbert von Chamisso Prize [10]
2008   The Award for Heimito von Doderer Literature Prize awarded.
2006/2007   Stanisic was the town clerk of Graz.

மேடை நாடகம்

2008   The Schauspielhaus Graz brought his novel "How the Soldier Repairs the Gramophone on the stage."

2008   His first play, "Go West," was premiered

புனைகதை

2001   In Silence I Trust
2002   Zinke
2002   Get done: stripping, kajal
2003   How Selim Hadzihalilovic has returned...
2003   Heinz Harald Frentzen has a cold
2005   Billiards Kasatschok 2005 Dream! Dream, trauma
2005   Äcki plays for the boys and Petra, the radio operator
2005   What we're playing in the basement...
2005   Shark Nuun in Veletovo
2005   Two statements for structural stability, with examples of each, plus two smaller errands
2007   George W., with Mickey Mouse ears

கட்டுரைகள்

2005   Nomad colon

விந்தைக்கதைகள்

2002   Together with Stephanie von Ribbeck: The sources of Harotrud. The round of five sisters. Two DSA-adventure from the series The Dark Eye - The Curse of the past,

புதினம்

2006   How the Soldier Repairs the Gramophone,

வானொலி நாடகம்

2005   Dream! Dream, trauma, HR2, First broadcast 19th November 2005

2006   How the Soldier Repairs the Gramophone.

ஜான் பேன்வில் (JOHN BANVILLE)

ஐரிஷ் புனைகதையாளர்

கடல் நாவல் எழுதிய கலைஞன்

"எனக்கு ஒரு வரி என்பது வேறு எதைச் செய்வதற்கும் முன்னால் முதலில் பாடத் தொடங்கி விட வேண்டும்".

- ஜான் பேன்வில்

ஐரிஷ் மக்கள் ஒரு தேவதையைப் போலக் கொண்டாடுகிறார்கள் ஜான் பேன்வில் (JOHN BANVILLE) எனும் அறுபத்தாறு வயது எழுத்தாளரை. டப்ளினில் பார்னல் தெருவில் இருக்கும் சேப்டர்ஸ் புத்தகக் கடை விற்பனைப் பிரிவின் ஊழியர் ஒருவருடன் நான் பேசிக் கொண்டிருந்தபோது — அவர் சொன்னார்: "ஜான் பேன்வில் எந்த நாளிலும் உட்கார்ந்து கலை நயமான ஒரு புத்தகத்தை உடனே எழுத முடியும். இவர் இசை லயமாய் 17 நாவல்களுக்கு மேல் எழுதியிருக்கிறார். அனைத்துமே கவிதை." நான் அசந்து போனேன். ஒரு எழுத்தாளனின் மீது இந்த அளவு நம்பிக்கையா? ஜான் பேன்வில்லின் 2005ஆம் ஆண்டுக்கான புக்கர் பரிசு பெற்ற நாவலான கடல் (THE SEA) என்ற ஆங்கில நாவலை வாங்கிச் சென்று உடனே படிக்கத் தொடங்கி விட்டேன். எனக்குத் தெரியாது இது நடந்து ஒரு சில வாரங்களிலேயே ஜான் பேன்வில் எனும் அந்த மாபெரும் எழுத்துக் கலைஞனை, ரத்தமும் சதையுமாக நேருக்கு நேர் நான் சந்திக்கப்போகும் அதிர்ஷ்டம் எனக்குக் காத்திருக்கிறது என்று.

போதாக்குறைக்கு எனது ஐரிஷ் நண்பர் டைக் ஓ கானர், (TYGH O CONNOR) பேன்வில் பற்றி ஒரு குண்டைத் தூக்கிப் போட்டார். பேன்வில் எனும் கலை நேர்த்தி மிக்க இலக்கியவாதி பெஞ்சமின் பிளேக் (BENJAMIN BLACK) எனும் மற்றொரு பெயரில் கிரைம் நாவல்களையும் எழுதுகிறார் என்பதுதான் அந்த விஷயம். அது எப்படி? தமிழ்நாட்டில் இது நடக்க முடியுமா என்ன? ஒருவர் சுந்தர ராமசாமியாகவும் ராஜேஷ்குமாராகவும் ஒரே நேரத்தில் இருக்க அனுமதிப்பார்களா என்ன? இது போதாது என்று அவர் பெஞ்சமின் பிளேக் என்ற பெயரில் எழுதிய கிரிஸ்டைன் ஃபால்ஸ் (CHRISTINE FALLS) எனும் கிரைம் நாவல் ஒன்றுக்காக 2001ஆம் ஆண்டுக்கான லாஸ் ஏஞ்சல்ஸ் புக் பிரைஸ் ஒன்று வழங்கப்பட்டு கௌரவிக்கப்பட்டிருக்கிறார் என்றால், இதை எப்படிப் புரிந்துகொள்வது?

கிரைம் நாவலையும் இலக்கியத்தரமாக எழுத முடியும் என்று புரிந்து கொள்வதா? அல்லது நுட்பமான எழுத்துக் கலைஞராகிய அ. மாதவன் பாத்திரக்கடை வைத்திருந்ததுபோல, தோப்பில் முகமது மீரான் மளிகைக்கடை வைத்திருந்தது போல, கூல வாணிகர் சீத்தலைச் சாத்தனார் கவிதை ஒரு புறம் எழுதிய போது மறுபுறம் வாணிபம் செய்ததுபோல, ஜான் பேன்வில் தனது ரொட்டியைச் சம்பாதிப்பதற்காக கிரைம் நாவல்களையும் எழுதுகிறார் என்று புரிந்துகொள்வதா? எதிரும் புதிருமான தகவல்களால் ஜான் பேன்வில் பற்றிய கவர்ச்சி எனது மனதில் கூடிக்கொண்டே போயிற்று.

இதற்குள் கடல் நாவல் என்னை உள்வாங்கத் தொடங்கி விட்டிருந்தது. புதுச்சேரியின் கடலலைகள் இரவு முழுவதும் ஓசை எழுப்பி தூங்க வைத்த தெருவொன்றில் பிறந்து வளர்ந்தவன் நான் என்ற காரணத்தால் அதை ஒரே மூச்சில் படித்து முடித்தேன்.

நாவலின் கதாநாயகனான வயது முதிர்ந்த மேக்ஸ் என்னைப் போலவே கலையைப் பற்றிச் சதா மண்டையை உடைத்துக் கொள்கிற ஒருவன். அவன் ஒரு கலை வரலாற்றாசிரியன். அவனது மனைவி கான்சர் நோயில் இறந்த பிறகு தனது இளமைக் காலத்தைக் கழித்த வெக்ஸ்ஃபோர்ட் கடலோர நகரத்துக்குத் திரும்பி வருவதைப் பற்றிய மிக எளிமையான கதைக் களம். காலத்தின் பின் நகர்வில் தனக்குத்தானே

பேசிக்கொள்வது போன்ற ஒரு வகையில் மெல்ல கவிதை நடையில் நகர்கிறது நாவல். வாசகன் என்ற முறையில் அவரது ஆங்கிலப் பிரதிக்குள் எனது தலையை உடைத்துக் கொள்ள வேண்டியதாகி விட்டது. தனக்குள்ளேயே தன்னைப் புதைத்துக் கொள்கிற சவால்கள் நிறைந்த ஒரு ஆங்கிலநடையை அவர் தேர்ந்தெடுத்து இருந்தார். பிறகுதான் தெரிய வந்தது பேன்விலின் கதைகள் ரொமாண்டிக்கான நவீனத்துவ புராணிகங்கள் என்று.

ஜான் பேன்வில்லோடு நெருங்கிப் பழகிய பிறகு ஒரு முறை அவர் என்னிடம் சொன்னார்: "நாம் ஆசிர்வதிக்கப்பட்ட ஒரு உலகின் ஊடாக நகர்ந்து கொண்டிருக்கிறோம். அதில் நடையைத் தவிர வேறு எதையும் நாம் அறிந்து கொள்வதில்லை. எல்லாமே நடை மூலமாகவே மீட்டெடுக்கப்படுகின்றன." வெக்ஸ்ஃபோர்டில் படித்து, பிறகு ஐரிஷ் விமானப் போக்குவரத்தான ஏர் லிங்கஸ் விமான கம்பெனியில் குமாஸ்தாவாக வேலைக்குச் சேர்ந்து உலகம் முழுவதும் சுற்றிய இவர் தனது 24 வயதில் முதல் சிறுகதைத் தொகுதியை வெளியிட்டிருக்கிறார். ஐரிஷ் டைம்ஸ் செய்தித்தாளில் 24 ஆண்டுகள் இலக்கிய ஆசிரியராகப் பணியாற்றி இருக்கிறார். 1989லேயே பிரிட்டனின் மிகச் சிறப்பான புக்கர் விருதுக்கு இவரது படைப்பு போட்டியிடத் தொடங்கி விட்டாலும் கூட 2005ஆம் ஆண்டில்தான் இவரது 14வது நாவலான "கடல்" புக்கர் விருது பெற்றிருக்கிறது. அவரது "கடல்" புத்தகத்துக்கு புக்கர் விருது கொடுக்கப்பட்டபோது அது 3700 பிரதிகள் தான் விற்று இருந்தது. புக்கர் விருது பெற்ற பிறகும் கூட அது விற்றது 9000 பிரதிகள்தான்.

*

2010ஆம் ஆண்டின் செப்டம்பர் 29 என்பது ஆசிர்வதிக்கப் பட்ட ஒரு புதன்கிழமை. எனது ஐரிஷ் இலக்கிய நண்பர் டைக் ஓ கானர் (TYGH O CONNOR) எனக்கு காலையிலேயே தொலைபேசியில் தொடர்பு கொண்டு மகிழ்ச்சி செய்தி ஒன்றைச் சொன்னார். நான் கவிதை வாசிப்பதற்காக அழைக்கப்பட்டிருந்த ரெனிலா கலை விழாவின் ஒரு பகுதியாக அயர்லாண்டின் முக்கிய எழுத்தாளர் ஒருவரின் உரையாடல் நிகழ்ச்சி இருப்பதாகவும் அதற்கு நுழைவுச் சீட்டு (தலைக்கு எட்டு ஈரோ, அதாவது இந்தியப் பணத்தின் படி சுமார் 660 ரூபாய்) வாங்கியிருப்பதாகத் தெரிவித்தார். அந்த மாபெரும்

எழுத்தாளர் யார் என்று தெரியாத நிலையில் இரவு எட்டு மணி நிகழ்ச்சிக்கு நடுங்கும் குளிரில் இரண்டு பேருந்துகள் மாறி பலரிடம் வழிகேட்டு ஒரு வழியாக தாமதமாய்ப் போய்ச் சேர்ந்தேன். வாயிலில் காத்திருந்த என் ஐரிஷ் நண்பர் டைக் ஓ கானருக்கு ஒரே மகிழ்ச்சி. உள் நுழைந்து இருக்கையில் சென்று அமர்ந்த எனக்கோ எதிர்பாராத அதிர்ச்சி.

அரங்கம் இருளில் ஆழ்ந்திருந்தது. மேடையில் மட்டும் வெளிச்சம் பாய்ச்சப்பட்டிருந்தது. அந்த வெளிச்சத்தில் வந்து அமர்ந்தது யார் என்று நினைக்கிறீர்கள்? நான் இதுவரை யாரைப் பற்றிப் பேசி வந்தேனோ அதே ஜான் பேன்வில். அவருடன் உரையாடுவதற்காக வந்து அமர்ந்தார் கவிஞரும், நாடகாசிரியருமான வின்சென்ட் உட்ஸ் (VINCENT WOODS) இருவருக்குமிடையில் இருந்த பச்சை நிற விரிப்பு கொண்ட மேசையின் மீது வண்ண மலர்கள் குலுங்கும் ஒரு பூஜாடி. இரண்டு வெள்ளை ஒயின் பாட்டில்கள். இரண்டு மதுக்கோப்பைகள். பேன்வில்லின் "கோப்பர்னிகஸ்" எனும் நாவலின் ஒரு பிரதி. இவர்கள் இருவரின் உரையாடலும் அயர்லாண்டு வானொலி ஒன்றில் நேரிடை ஒலிபரப்பாக ஏற்பாடு செய்யப்பட்டிருந்தது.

வின்சென்ட் உட்ஸ் கேட்ட ஒவ்வொரு கேள்விக்கும் புலமை மிக்க அறிவாழத்துடன் பேன்வில் பதில் சொல்லி முடித்த பிறகு பார்வையாளர்கள் கேள்வி கேட்கும் நேரம் வந்தது. பலர் கேள்விகளைக் கேட்டார்கள். என் பங்குக்கு நானும் எழுந்தேன். ஒரு இந்தியக் கவிஞன் என்று என்னை அறிமுகப் படுத்திக் கொண்ட பிறகு ஒரு கேள்வியைக் கேட்டேன்: "கலை நேர்த்தி மிக்க நாவல்களைப் படைக்கும் ஜான் பேன்வில், கிரைம் நாவல்களை எழுதும் பெஞ்சமின் பிளாக் ஆகிய இரண்டு பேரில் யார் நிஜம், யார் நிழல்?"

ஜான் பேன்வில் இலேசாக முறுவலித்துக் கொண்டார். "ஜான் பேன்வில், பெஞ்சமின் பிளாக் ஆகிய இருவருமே நான்தான். இருவருமே சத்தியங்கள். இருவருமே நிஜம். வசந்தகால டப்ளின் நகரமும், இலையுதிர்கால டப்ளின் நகரமும் இரு வேறு தோற்றம் கொள்வதைப்போல."

"கோடை எனக்குப் பிடிக்காது. கோடையில் நான் வெளியில் போகாமல் அறைக்குள்ளேயே அடைந்து கிடப்பேன். அப்போது

சுமார் மூன்று மாத காலத்தில் எனது கிரைம் நாவல் ஒன்றை எனது கம்ப்யூட்டரில் நான் ஆற்றொழுக்காக எழுதி முடிப்பேன். கதை சொல்ல வேண்டும் எனும் குழந்தைத்தனமான ஒரு ஆசை இங்கே நிறைவேறுகிறது. ஆனால் எனது இலக்கிய ரீதியான நாவல்களைக் கம்ப்யூட்டரில் என்னால் எழுத முடியாது. எனது மை நிரப்பிய பேனாவின் மூலமாக மட்டுமே நான் இவற்றை எழுதுகிறேன். ஒவ்வொரு எழுத்தையும் எண்ணி எண்ணி எழுதுகிறேன். இதனை எழுதி முடிக்க காலவரையறை இல்லை. ஆனால் இரண்டையும் ஒரே நேரத்தில் என்னால் எழுத முடியாது." கூட்டம் முடிந்தவுடன் என் ஐரிஷ் நண்பர் டைக், என்னை ஜான் பேன்வில் இருந்த மேடைக்கு அழைத்துச் சென்றார்; என்னை அறிமுகப்படுத்தினார். "இந்தியாவின் எந்தப் பகுதியிலிருந்து நீங்கள் வருகிறீர்கள்?" எனும் கேள்வியுடன், உட்கார்ந்தபடியே எனது கரங்களை அக்கறையோடு குனிந்து பற்றினார் பேன்வில். புறாக்கள் தொண்டைக்குள்ளேயே குமுறுவது போல் கனமாகவும் கம்பீரமாகவும் இருந்தது அவரது குரல்.

நான் அவரை மிக அருகில் விசேஷ வெளிச்சத்தில் பார்த்தேன். நரைத்த அடர்த்தியான கேசம். தேரோடும் வீதியைப் போல் பரந்த நெற்றி. சிந்தனை படர்ந்த முகம். மீசை, தாடி அனைத்தும் மழமழவென வழித்தெடுக்கப்பட்ட நிலையில் மேலும் எடுப்பாகத் தெரியும் கூரிய நாசி. பெரும்பாலும் இறுக்கி மூடப்பட்ட உதடுகள் பேசும் போது சிறிதாக அசைகின்றன. அவர் கேட்டார், "எனது படைப்புகளில் எதையாவது படித்திருக்கிறீர்களா?" மிருதுவாகப் பற்றிய கரங்களை அவர் விடாமல் பற்றியபடியே இருந்ததில் அவரது நட்பு தெரியவே உற்சாகமடைந்தேன். கடல் நாவல் பற்றிச் சொல்லி நானும் பாண்டிச்சேரியெனும் கடலோர நகரத்துக்காரன் என்பதையும் சொன்னேன். அது தமிழில் மொழிபெயர்க்கப்பட்டு வந்திருக்கிறது என்பதையும் தெரிவித்தேன். அது குறித்த சிறப்பு மகிழ்ச்சி எதையும் அவர் காட்டிக்கொள்ளாதது என்னைச் சற்று ஏமாற்றமடைய வைத்தது.

அயர்லாண்டில் நான் தங்கியிருந்த சுமார் இரண்டு மாத காலத்தில் ஜான் பேன்வில் என்னுடன் நெருங்கிப் பழகினார். கடந்த 12 ஆண்டுகளாக தான் எழுதுவதற்காக வைத்திருக்கும் பிரத்தியேகமான தனது வீட்டுக்கு என்னை அழைத்து சென்று காட்டினார். டப்ளின் நகரின் மையப்பகுதியான

38 தோட்டத்து மேசையில் பறவைகள்

சிட்டி சென்டர் பகுதியில் ஒரு பெரிய அடுக்கு மாடிக் கட்டடத்தின் ஒரு பகுதியாக அது இருந்தது. அந்த ஃபிளாட்டில் எழுதுவதற்கான மேசைக்கு எதிரில் ஒரு ஜன்னல் இருந்தது. புழக்கடையைப் பார்த்தபடி இருந்த ஜன்னலில் தனிமையான புல்வெளி மட்டுமே தெரிந்தது. ஆள் நடமாட்டமே அங்கு இருப்பதாகத் தெரியவில்லை. ஆகாய விமானங்களிலும், ஓட்டல் அறைகளிலும் எழுதும் எழுத்தாளர்களைப் பற்றி அவர் நக்கல் அடித்தார். தன்னைப் பற்றியே கூட வேடிக்கைகள் செய்து கதைகள் சொல்லக் கூடியவர்தான் அவர் என்பதை அப்போது என்னால் உணர முடிந்தது. தனது குத்தலான பேச்சால் பலரது வயிற்றெரிச்சலைக் கொட்டிக் கொண்டவன் என்று தன்னைப் பற்றி வர்ணித்துக்கொண்டார்.

ஜான் பேன்வில் ஒரு வினோத மனிதர். அவரது கடல் நாவலை தமிழில் மொழிபெயர்த்த ஜி. குப்புசாமியை நேரில் சந்திக்க கடைசி வரை அவர் ஒப்புக்கொள்ளவே இல்லை என்றால் பார்த்துக் கொள்ளுங்களேன்... “நீங்கள் ஏன் ஜி. குப்புசாமியைச் சந்திக்க மறுத்து விட்டீர்கள்?” என்று நான் ஜான் பேன்விலிடம் ஒரு முறை கேட்டேன். அவர் சொன்னார், “மொழிபெயர்ப்பாளர்களை என்னுடைய அந்தரங்கத்துக்குள் பிரவேசிப்பவர்களாகவே எப்போதும் உணர்கிறேன். என்னைச் சந்திப்பதன் மூலமாக அவர்கள் எனது மூலத்துக்கு சமதையான ஒரு மொழி பெயர்ப்பைக் கொடுத்து விடப் போவது இல்லை. எனவே நான் மொழிபெயர்ப்பாளர்களை ஏன் சந்திக்க வேண்டும்?” பிறிதொரு தருணத்தில் இதை நான் ஜி. குப்புசாமியிடம் தெரிவித்தேன். அவரும் பேன்விலின் கடல் தமிழ் மொழிபெயர்ப்பின் (காலச்சுவடு வெளியீடு) முன்னுரையில் இதைக் குறிப்பிட்டு எழுதியிருக்கிறார். ஆனால் இந்தத் தகவலைத் தெரிவித்தவர் இந்திரன் என்று என் பெயரைக் குறிப்பிடாமல் ஏதோ அசரீரியின் வாயிலாக இதைக் கேள்விப்பட்டது மாதிரி எழுதி இருந்தது எனக்கு வேடிக்கையாகத் தெரிந்தது.

கடல் நாவலைப் படித்ததோடு நான் நிற்கவில்லை. கடல் நாவலின் நிகழ்வுகள் இடம்பெறும் வெக்ஸ்ஃபோர்ட் எனும் கடலோர நகரத்தையும் நேரில் சென்று பார்த்தேன். ஜான் பேன்விலின் ஊர்க்காரரான எனது மருமகன் டேவிட் ரோச் (எனது இரண்டாவது மகள் கீதாஞ்சலி ராஜேந்திரனின் கணவர்) என்னைத் தனது காரில் அழைத்து சென்று காண்பித்தார்.

ஒரு கம்ப்யூட்டர் எஞ்சினியரான அவர் இலக்கியம் பக்கம் தலை வைத்துக்கூட படுக்காதவர் என்றபோதிலும் தனது — கடலோர நகரம் ஒரு உலக இலக்கியப் பிரதியின் கதைப் பின்னணியாக அமைந்ததில் பெருமை மிக்கவராக இருந்தார். பேன்விலின் சொந்த ஊரின் தோட்டம், துரவு, உயர்ந்த வெள்ளை நிற காற்றாலைகள், புல் மேயும் ஆரோக்கிய ஆடுகள், மாடுகள், கடலோரத்து கிளிஞ்சல் வீடுகள், மிகவும் அமைதியான அந்நியோன்னியமான மதுவிடுதிகள், அதில் எனக்குப் பரிமாறப்பட்ட நண்டு கட்லட் என்று கடல் நாவலின் கதைக்களம் உயிர்த் துடிப்புடன் என் முன் விரிந்தது என் சொந்த அனுபவமாய். கடல் பறவைகளும், கூழாங்கற்களும், கீரியின் உடல் வண்ணம் போல் மணல் படுகையின் வரிக்கோடுகளும், மீன் பிடிக்கும் சிறுவர்களும், கிளிஞ்சல்களுமாய் பேன்விலின் கதைக்களத்தைத் தொட்டு தடவி, மீன்கவிச்சியை நுகர்ந்தபடி கரையோர நாணல் புற்களைப் பிடுங்கி நானும் டேவிட் ரோச்சும் அனுபவித்த மகிழ்ச்சியை என்னால் மறக்க முடியாது.

ஆளுயரப் பாறையொன்று கடற்கரையில் நினைவுச் சின்னமாய் வைக்கப்பட்டிருந்தது. "கடலில் மூழ்கிக் காணாமல் போனவர்களின் நினைவாக," என்ற வாசகத்துடன்.

நாவலின் இறுதியில் கதாநாயகன் மேக்ஸ் நொப்பும் நுரையுமாய்ப் பொங்கும் கடலின் இடுப்பளவு நீரில் இறங்கிக் கடலுக்குள் நடந்து சென்று விடுவதாக வருகிற பகுதி ஆர்ப்பரிக்கும் கடலோசையோடு என் மனதில் எதிரொலித்தது.

*

ஜான் பேன்வில் படைப்புகள்

சவத்துணி

(ஜான்பேன்வில்லின் நாவலிலிருந்து ஒரு பகுதி...)

யார் பேசுவது? அது எனது தலையிலிருக்கும் அவளது குரல். நான் நிறுத்தாதது வரையில் அதுவும் நிறுத்தாது என்று நான் அஞ்சுகிறேன். நான் அந்த கோணல் மாணலான தெருக்களில் அலைகிறவரையிலும் அது என்னுடன் பேசுகிறது. நான் கேட்க விரும்பாதவற்றையெல்லாம் என்னிடம் சொல்கிறது. சில நேரங்களில் நான் பதில் சொல்கிறேன். எல்லாவற்றையும் மறுத்துக்கொண்டு அமைதியில் விடவேண்டும் என்பதை வலியுறுத்திக்கொண்டு. நேற்று அடிக்கடி சான் டோமா வழியாக நான் செல்லும் ரொட்டி சுடும் கடையில் நான் அவளது பெயரையோ அல்லது எதையோ சத்தம் போட்டுச் சொல்லி இருக்க வேண்டும், ஏனெனில் கூட்டத்தில் இருந்த அனைவரும் திடீரென என்னைப் பார்த்தார்கள், அதிர்ச்சியிலோ அல்லது அப்படி செய்திருக்கக் கூடாது என்று கண்டிக்கும் தோரணையிலோ அல்ல. மாறாக என்ன நடக்கிறது என்று அறியும் ஆவலில் என்னைத் திரும்பிப் பார்த்தார்கள். ரொட்டி சுடுபவன், மாமிசம் விற்பவன், காய்கறிக் கடையில் இருக்கும் ஆள், அவர்களது வாடிக்கையாளர்கள் கூட. நிம்மதியாக வீட்டிலிருக்கும் மனைவிமார்கள், அவர்களது நறுமணத் தைலங்கள், அசிங்கமான நகைகள், பெரிய,

இந்திரன்

இருண்ட ஏமாற்றமடைந்த கண்கள் ஆகியவற்றுடன் கூடிய அவர்களில் பெரும்பாலானவர்கள் புறாக்களை போல குண்டானவர்கள். அவர்களது குறிப்பிடத்தக்க மெலிந்த கால்களை நான் கவனிக்கிறேன். அவர்கள் மேலிருந்து கீழாக வயதாகிக் கொண்டு போகிறார்கள் என்பது போல, அவர்களது இந்தக் கால்கள் சிறிது வளைந்திருந்தாலும் அவை அவர்கள் தங்களது இருபது வயதில் அல்லது இன்னமும் இளம் வயதில் கொண்டிருந்தது போலவே வைத்துக் கொண்டிருக்கிறார்கள். அவர்களை சுவாரசியப்படுத்துவதுதான் எனது தோற்றம். ஒருவேளை அவர்களை எது கவர்கிறது என்றால் எனது தோற்றத்தில் இருக்கும் காமெடித்தனமான கலை நேர்த்தி. எனது ஒற்றைக் கண். வேடிக்கையாக அசைந்து நடக்கும் நடை, ஹார்லிக் வைத்திருக்கும் செங்கோல், முகமூடி ஆகியவற்றைப் போன்ற எனது கைத்தடியும், தொப்பியும். நான் பைத்தியமாக இருந்திருந்தால் அவர்கள் அதைப் பொருட்படுத்தியிருக்க மாட்டார்கள். ஆனால் நான் பைத்தியம் அல்ல. உண்மையில் மிக மிகக் கிழம். நான் உயிர் வாழ்வது அமரத்துவத்துக்காகத்தான். நான் திரும்பிப் பார்க்கிறபோது உலகம் உருவாவதற்கு முந்தியது போலத் தெரியும் இருட்டு, இறைந்து கிடக்கும் குளிரின் வாதை, அளவற்ற தொலைவில் இருக்கும் கடினமான வெளிச்சம், ஒவ்வொன்றும் மற்றதை விட்டு விலகி, என்னை விட்டும் விலகி இருப்பதை நான் பார்க்கிறேன். விரைவில் சில மாதங்களில் நாம் இந்த புத்தாயிரத்தின் ஆண்டில் நுழைந்து விடுவோம். அடுத்ததைப் பார்க்க நான் உயிரோடு இருக்க மாட்டேன். இது வருத்தப்படக்கூடிய ஒரு விஷயம். முன்னர் நடந்து முடிந்த ஆண்டுகள் அத்தகைய மகத்துவத்தை, அத்தகைய மகிழ்ச்சியைக் கொண்டு வந்தன.

ஆமாம், நான் இந்த கடைகள் நிரம்பிய நகரத்துக்கு திரும்பி வந்தேன். அது ஒருவேளை புத்திசாலித்தனமான காரியமாக இல்லாது இருக்கலாம்.

ஒரு சிறு தேடலில் நான் ஒரு வீடு பிடித்தேன். அது ஏனோ எனக்கு முழு திருப்தி அளிக்கவில்லை. தேவாலயத்தினால் அல்லது கடினமான எந்த ஒன்றினால் என்பதை நான் சொல்ல முடியாது, எனக்கே தெளிவில்லாத காரணங்களாக இருந்தபோதிலும் நான் ஒன்றை ஒப்புக்கொள்கிறேன். போலீஸ்

அடிக்கடி வந்து போகிற வாய்ப்பு இருக்கிற காரணத்தால் இடையிடையே நான் கவலைப்படுகிறேன். குறைகள் அதிகம் இல்லை. தாழ்ப்பாள் போடும் துவாரம், சில அறைகள், தாழ்ந்த கூரை, எரிச்சலூட்டும் ஈரம், ஜன்னல்கள் மிகவும் குறுகலாகவும் அழுக்காகவும் இருந்தன. நான் பாதி இருட்டில் எதன் மீதாவது விழுந்து விடாமல் இருப்பதற்காக மேசை விளக்கு ஒன்றை நாள் முழுவதும் பொருத்தியே வைத்திருக்க வேண்டும். நான் இங்கே செத்துப்போய் கண்டுபிடிக்கப்பட்டு, கதவை எனது வீட்டுக்குச் சொந்தக்காரி உடைத்து, அவள் கிறீச்சிட்டு கத்தி நடக்கப்போகும் நாடகத்தை நான் விரும்பவில்லை.

குவெல்லா ஸ்ட்ரேக என்பவள் தான் எனது வீட்டுக்குச் சொந்தக்காரி. ஒரு விதவை என்பதுடன் அவள் ஹிஸ்டீரிய நோயாளியாக இருப்பதென முடிவெடுத்து விட்டவள். அவள் சொல்லுவாள் இது சிவப்பு விளக்கு மாவட்டம் என்று. இதனால், அது கொடுக்கும் தோற்றத்தை வைத்துக் கற்பனைகளைச் செய்ய நான் தயாரில்லை. அவள் கண்களை அகலப்படுத்திக் கொண்டு, தலையை எவ்வளவு பின்னுக்குத் தள்ள முடியுமோ அவ்வளவு பின்னுக்குத் தள்ளிக்கொண்டு, தனது நாசித் துளைகளின் அசிங்கமான தோற்றத்தை எனக்குக் காட்டுவாள். நான் இப்படி ஒரு தள்ளி வைக்கப்பட்டவனாக, ஏதோ ஒரு பெயர் தெரியாத நகரத்தின் பின் தெரு ஒன்றில் கால்களை உதைத்துக் கொண்டு, எனக்கு நானே பேசிக்கொண்டு, போவோர் வருவோர் என்னைப் பார்த்துக் கொண்டு போவதாக முடிந்து விடுவேனோ என்று பலமுறை சந்தேகப்பட்டதுண்டு.

இப்படிப்பட்டவைகளை நான் சொன்னது இப்போதைக்குப் போதும். இப்போது நான் எனக்கு நானே விளக்கிச் சொல்லிக் கொள்ளப் போகிறேன்.

என் அருமையானவனே, எனக்கு நானே சொல்லிக் கொள்கிறபோது அது உனக்கும் கூடத்தான். ஏனெனில் நீ என்னிடம் பேசினால் என்னையும் நீ காது கொடுத்துக் கேட்க முடியும். பொறுமையாக, அமைதியாக, எனக்கே பழக்கமான குரலிலும் செயலிலும் இருக்கும் முரட்டுத்தனத்துடன் பேசுவேன்.

எனக்கு என்ன தெரியுமோ, எதற்கு நான் ஆதாரங்கள் கொடுக்க முடியுமோ அதை மட்டுமே நான் பேசுவேன்.

உடனே பலகட்ட வரிசைப்படுத்தல் தனது அசிங்கமான தலையைக் காட்டும்:

எனக்கு என்ன தெரியும்? எதற்கு நான் உத்தரவாதம் கொடுக்க முடியும்? உயிர், பகுத்தறிவு அல்லது சிந்தனை அல்லது பிரக்ஞை அல்லது ஆன்மா அல்லது மனம் அல்லது உண்மை எல்லாமே கட்டுக் கதைகள். தத்துவவாதி தனது பலமான சுத்தியலைச் சுழற்றுகிறான். இருந்தபோதிலும் எனக்குள்ளே இருக்கும் ஏதோ ஒன்றை மீட்டெடுக்க எனக்குக் கடைசி சந்தர்ப்பம் ஒன்று கொடுக்கப்பட்டிருப்பதான எண்ணம் என்னைப் பேய் போலத் துரத்துகிறது.

ஆன்மாவைப் பற்றி பேசாவிட்டால் வயதான காலத்துக்குப் பிறகு வரும் பலகீனத்தை நோக்கி அந்த அளவுக்குப் போக மாட்டேன்.

மாமா வெண்டரினுடைய வெள்ளி மாத்திரைப் பெட்டியை அடகுக் கடையிலிருந்துமீட்டு வாங்கியது போல ஏதோ ஒரு விலை மதிப்பு மிக்க ஒரு சிறிய விஷயத்தை என்னால் திருப்பிப் பெற முடியும் என்று நான் நினைக்கிறேன். நான் வியக்கவும் செய்கிறேன், அதுதான் உனது உண்மையான குறிக்கோளாக இருந்தால், என்னைக் காட்டிக் கொடுத்து உனக்கு ஒரு பெயரைச் சம்பாதித்துக் கொள்ளாமல் பதிலாக, எனக்கு என்னை மீட்டுக் கொள்வதற்கான ஒரு வாய்ப்பை நீ கொடுக்கலாம்.

அப்படி இருக்குமானால் நீ முன்னரே ஒரு விளைவாக மாறிவிட்டாய் என்று அர்த்தம். எனது அகராதியில் இது வரையிலும் மீட்டெடுப்பு என்பது முக்கியத்துவம் வாய்ந்த ஒரு வார்த்தையாக இருந்ததில்லை. மேலும் உனது நோக்கம் என்ன என்பது எனக்கு எப்போதும் தெளிவாகவில்லை.

மேலும் நான் சந்தேகப்படுகிறேன் அவை உனக்கே தெளிவாயிற்றா என்பது. ஒருவேளை நீ எனக்குத் துரோகம் செய்வதாக இருந்தால் விரைவில் ஒரு நாள் கல்வி உலகத்தின் அறியப்பட்டிராத ஒரு மூலையிலிருந்து ஒரு வெளியீடு தலைகாட்டும்.

எனது மரணத்துக்குப் பிறகு என்னைப் பற்றி நீ எழுதிய கட்டுரை ஒன்றைத் தாங்கியபடி. விரிவுரைக் கூடத்தில்

அசிங்கப்படுத்தப்பட்டு நகைப்புக்குள்ளாவேன் நான். அதைப் பற்றி எனக்குக் கவலை இல்லை.

அந்த பெயர், என்னுடைய பெயர் ஆக்ஸல் வேண்டர் என்ற அளவுக்குத்தான் நான் வலியுறுத்துவேன். அதற்கு மேல் கிடையாது. ஒருநாள் காலை அவளது கடிதம் ஒரு உலகத்துக்கு முன்னால். ஆர்கேடி எனும் இனிமையான நகரத்தில் இரு சக்கர வாகனத்தில் விரித்த கண்களோடு வந்த கிரேக்கக் கடவுள்களின் தூதுவன் ஹெர்மஸினால் என்னிடம் கொடுக்கப்பட்டது. அக்கடிதத்தில் வந்த செய்தி வாழ்நாள் முழுவதும் — எனது வாழ்நாள் என்று எதை நினைத்துக் கொண்டிருந்தேனோ அந்த வாழ்நாள் பயந்தபடி காத்துக் கொண்டிருந்த செய்திதான். இப்போது கடைசியாக அது வந்து விட்டது. அது வந்தவுடன் நான் முதலில் உணர்ந்தது தயக்கம்தான். நீண்ட காலம் முன்பு செத்துப் போன எனது ரத்த சொந்தம் — நினைவிலிருந்து மறைந்துவிட்ட, எப்போதுமே அன்பு பாராட்டப்படாத ரத்த சொந்தம் — கடைசியாக செத்துப் போனதை எனக்கு தெரிவிக்கப்பட்டதுபோலவும், அது இப்போது பக்கத்து ஊரில் தேய்ந்து போய் தீவிரமாக உயிரோடு இருப்பது போலவும் அதைப் போய் பார்ப்பது சாத்தியமில்லை என்பது போலவும் எனக்குத் தோன்றியது. தூக்கி எறியப்பட்ட என்னைப் பற்றிய இத்தகைய விவரிப்புக்கு காலத்தின் இவ்வளவு தூரத்தைக் கடந்த பிறகு நான் என்ன சொல்ல முடியும்?

பயத்திலும், குழப்பத்திலும், ஒரு நாள் முழுவதும் மது அருந்திக் கொண்டு இருந்து விட்டு நடு இரவில் கண் விழித்த போது எனது படிப்பறையின் நாற்காலியில் விரலிடுக்கில் அணைந்து போன சிகரெட் துண்டுடன் சுருண்டு கிடப்பதைக் கண்டேன். வெளியில் இருந்த மிருதுவான கலிஃபோர்னியாவின் இருட்டில் நீண்ட நாளுக்குப் பிறகும் எனக்கு காட்டு மிராண்டித்தனமாகத் தோன்றிய வாசனைகளை நான் நுகர முடிந்தது. யூகலிப்டஸ், சூரியனில் காய்ந்ததனால் சூடாகிப் போன தூசி, திடீரெனப் புல்லில் நெருப்பு பற்றிக்கொண்டு மாதக்கணக்கில் எரிந்த மலைகளில் மிதக்கும் கரிந்துபோன கட்டைகள்.

நான் என்னைத் தரையில் விழ அனுமதித்துக் கொண்டு மது வெறியேறியவனின் உள்ளீடற்ற சிரிப்பை வெளிப்படுத்தினேன். செடார் தெருவில் ஒரு கார் மிக மெதுவாக நகர்ந்து சென்றது

ஏதோ அதன் வாகன ஓட்டி அந்தத் தெருவின் வீட்டு எண்களை எண்ணிப் பார்த்துக்கொண்டு செல்வதுபோல. அதன் பின்னால் ஒரு முகமூடி கண்களைச் சுருக்கிக்கொண்டு, கதவுகளையும், மூடிய ஜன்னல்களையும் ஊடுருவிப் பார்த்துக் கொண்டு செல்கிறது என்று நான் நினைத்தேன். கதவு எங்கே இருந்ததோ அதை நோக்கி எனது கரத்தைத் தூக்கி எனது விரலை உயர்த்தி இருட்டை நோக்கிக் காண்பித்தேன்.

மீண்டும் ஒருமுறை நான் சிரித்தேன். இந்த முறை மிக அதிகமாக கையைத் திருப்பி சுட்டி நிற்கும் எனது விரலை எனது வாய்க்குள் வைத்து எனது கட்டை விரல் ஒரு சுத்தியலைப் போல விழச் செய்தேன். நான் எனக்குள் ஒரு துப்பாக்கிக் குண்டை செலுத்தியிருப்பேன் அது நடந்திருந்தால்... எது நடந்திருந்தால்?

நான் எழ முயற்சி செய்தேன். ஆனால் என்னால் எழ முடியவில்லை. சத்தத்தோடு மீண்டும் விழுந்தேன். எனக்குக் கீழே நாற்காலி சடசடத்து விழுந்தது. எனது கால் ஒரு மரத்துண்டைப் போல உருண்டது. நான் இந்தக் காலை வெறுக்கிறேன். எனது தோல்வியான ஆண்டுகளின் தவிர்க்க முடியாத துணைவன். விடியல் நேரக் கண்ணாடியிலிருந்து என்னைப் பார்த்து மேகமற்றும், வண்ணமற்றும் நான் கற்பனை செய்து கொள்ளும் ஒரு கடல் பறவையின் கண்ணைப்போல் பளபளக்கும் எனது பார்வையற்ற விழியைக் காட்டிலும் இதை வெறுக்கிறேன். நான் இதுதான். எனது சொந்த கழுத்தைச் சுற்றி தொங்கும் ஒரு வீணாய்ப் போன எடை. இதுநாள் வரையிலும் இருந்த அது இனி இருக்காது. பிறகு நான் உணர்ந்தேன் என்னிலிருந்தே நான் விழுகிறேன் என்று. எனது பழைய தசை எனது எலும்புக்கூட்டிலிருந்து கரைந்து வந்து விரைவில் இல்லாமல் போய்விடும். நான் கவலைப்பட மாட்டேன். நான் மகிழ்ச்சியடைவேன். பிறகு நான் எழுந்து வருவேன் தேவையற்றவை இன்றி, எல்லா பளபளக்கும் எலும்புகளும் மெழுகைப்போல் மிருதுவாக, புதிதாக, அறிந்திராததாக, என்னுடைய உண்மையான நான் என்பது கடைசியாக வரும்.

ஏற்கனவே சொல்லப்பட்டது போல, எப்போது சில நேரங்களில் இதயம் நின்று விடுகிற நிலையில் குடிபோதையில்

அல்லது அதன் பிறகான நிலையில் ஒரு பொழுது வரும். அப்போது நான் எனது உடம்பை விட்டுப் பிரிந்து, அந்தரத்தில் தொங்கி, சுவாரசியமற்ற கவனத்துடன் கீழே குனிந்து பார்ப்பேன். அது இப்போது நடந்துவிட்டது.

வன்மமான பெருமூச்சுடன் நகர்ந்து குதித்து, எழுந்து, நிற்க முயன்று உதவியற்ற நிலையில் முணுமுணுக்கும் ஒரு குதிரையைப் போல நான் சிதறிக் கிடப்பதை நானே பார்த்தேன். பெஞ்சின் மீது இருந்த பாட்டிலை நோக்கி நகர்ந்து அதன் கழுத்திலிருந்து பேராசையுடன் உறிஞ்சும் சத்தத்தோடு நான் குடித்தேன். எனது வாய் நீண்ட நேரம் குடித்ததால் மரத்துப் போய் இருந்தது. எனது இடது கை கீழே நாற்காலியைத் துழாவியபோது குப்பி எனது விரலிலிருந்து நழுவி பாலீஷ் செய்யப்பட்ட மரத் தரையின் மீது தயக்கத்தோடு உருண்டு அதன் இதயத்தை தாராளமாக அதிகமாக இறைத்தது. அது ஊற்றட்டும். உண்மையில் நான் புகையையும், சாம்பலையும், அமெரிக்க போர்பான் விஸ்கியையும் வெறுத்தேன். ஆனால் தொடக்கத்தில் அதை எனது மதுவாகத் தேர்ந்தெடுத்துக் கொண்டேன், அதை ஒரு வித்தியாசமான ஒரு செய்முறையாக, வேறொரு மனிதனாக இருப்பதற்கு பாதுகாப்பாக மேற்கொண்டேன்.

ஒரு நாடக நடிகன் நொண்டியாக தான் நடிக்கப்போவதை நினைவு படுத்திக்கொள்வதற்காக தனது காலணிக்குள் கூழாங்கற்களைப் போட்டுக்கொள்வது போல அதைச் செய்தேன். இது என்னை நானே உருவாக்கிக்கொண்டிருந்த நாள்களில் நடந்தது.

வெறுமனே மதிப்பிட வேண்டுமானால் நுட்பமான வேற்றுமையின் பேதங்களை ஒன்றோடொன்றாகச் சேர்ப்பது, சமநிலையிலிருக்குமாறு நிர்வகிப்பது என்பதெல்லாம் எவ்வளவு கடினமானது என்பது யாருக்கும் தெரியாது. அது ஒரு கலைப் படைப்பாக இருக்க நேர்ந்தால் அவர்கள் அதன் செய்நேர்த்தியைப் பாராட்டி இருப்பார்கள்.

எல்லாவற்றையும் வெளிப்படையாகச் செய்து வளர வைக்காமல் ரகசியமாகச் செய்தது ஒருவேளை எனது தவறாகக் கூட இருக்கலாம்.

அவர்கள் மகிழ்ச்சி அடைய செய்யப்பட்டிருப்பார்கள். என்னை அவர்கள் மன்னித்து இருப்பார்கள். ஹார்லிகுயின் எனும் கோமாளித்தனமான வேலைக்கார கதாபாத்திரங்கள் எப்போதும் மன்னிக்கப்படுகின்றன.

என்றும் வாழ்கின்றன.

*

ஜான் பேன்வில் சில குறிப்புகள்...

ஜான் பேன்வில் (டிசம்பர் 1945) ஐரிஷ் நாவலாசிரியர், பத்திரிகையாளர். திரைக்கதையாசிரியர். இவர் "பெஞ்சமின் பிளாக்" (BENJAMIN BLACK) எனும் புனைபெயரில் கிரைம் நாவல்களை அவ்வப்போது எழுதுவதுண்டு.

இவரது "சாட்சிப் புத்தகம்" (THE BOOK OF EVIDENCE-1989) எனும் நாவல் "தி மேன் புக்கர்" விருதுக்கு தேர்ந்தெடுக்கப்பட்ட இறுதிப் பட்டியலில் இடம்பெற்று இருந்தது. அது "கின்னஸ் பீட் ஏவியேஷன்" விருதினைப் பெற்றது. இவரது "கடல்" (THE SEA) நாவல் 2005—இல்" "தி மேன் புக்கர்" விருதினைப் பெற்றது. அது 2011— இல் காஃப்கா விருதினைப் பெற்றது.

வாழ்க்கை வரலாறு

அயர்லாண்டிலுள்ள கடலோர நகரமாகிய வெக்ஸ்ஃபோர்ட் எனும் இடத்தில் அக்னஸ் என்பவருக்கும், மார்ட்டின் பேன்வில் என்பவருக்கும் மகனாகப் பிறந்தார். மூன்று உடன்பிறப்புகளில் கடைக்குட்டியாகப் பிறந்த இவரது அண்ணன் வின்சென்ட் பேன்வில் என்பவரும் நாவலாசிரியர்தான். இவரது சகோதரி வெரோனிகா குழந்தைகளுக்கான ஒரு நாவலும், வெக்ஸ்ஃபோர்ட் ஊரின் அனுபவங்களை ஒரு நூலாகவும் எழுதி இருக்கிறார்.

ஒரு ஓவியராக வேண்டும் எனும் ஆசை கொண்டிருந்த இவர் உயர் கல்விக்குப் போகவில்லை என்பதை தான் செய்த பெரிய தவறாக குறிப்பிடுகிறார். தான் ஓவியத்துக்கும், கட்டடக்

கலைக்கும் தான் போயிருக்க வேண்டும் என்று குறிப்பிடும் பேன்வில் நான்கு ஆண்டுகளை மது அருந்துவதிலும், காதலில் விழுவதுமாக வீணாகக் கழித்ததைச் சொல்லி வருந்துகிறார். பள்ளிப் படிப்புக்குப் பிறகு "ஏர் லிங்கஸ்" (AIR LINGUS) எனும் விமானப் போக்குவரவுக் கழகத்தில் ஒரு எழுத்தராகப் பணி புரிந்தபோது கிரீஸ், இத்தாலி ஆகிய நாடுகளுக்குச் சென்றார். 1968, 1969 ஆண்டுகளில் அமெரிக்காவில் வாழ்ந்தார். அங்கிருந்து திரும்பிய பிறகு "ஐரிஷ் பிரெஸ்" எனும் இதழின் தலைமை உதவி ஆசிரியராகப் பொறுப்பேற்றார். 1998—இல் ஐரிஷ் டைம்ஸ் இதழின் இலக்கியப் பகுதிக்கான ஆசிரியராகப் பணியாற்றினார். அவ்விதழின் பொருளாதார வீழ்ச்சிக்குப் பிறகு 1990—இல் "தி நியூயார்க் ரிவியூ ஆஃப் புக்ஸ்' நிறுவனத்துக்கு தொடர்ந்து பங்களிப்பவரானார். 1984—இல் ஐரிஷ் கலைக்கழகமான AOSDANA எனும் அமைப்புக்குத் தேர்ந்தெடுக்கப்பட்டார். 2007இல் அமெரிக்கக் கலை அறிவியல் கழகத்தின் வெளிநாட்டு கௌரவ உறுப்பினராகத் தேர்ந்தெடுக்கப்பட்டார்.

2011—இல் காஃப்கா விருதினைப் பெற்றபோது பேன்வில் மிகவும் மகிழ்ந்தார். "காஃப்காவுடன் நெடுநாளாக உருண்டு புரண்டவன் என்ற வகையில் காஃப்காவின் சிற்பம் விருதாகக் கொடுக்கப்பட்டது. என்னை அது முறைத்துப் பார்த்துக் கொண்டிருக்கும்", என்று குறிப்பிட்டார்.

குடும்பம்

பேன்வில் அமெரிக்கப் பெண் ஓவியரான ஜேனட் டன்ஹம் என்பவரை 1968—இல் அவரது சான்ஃபிரான்சிஸ்கோ விஜயத்தின்போது சந்தித்து மணந்து கொண்டார். இவர்களுக்கு இரண்டு மகன்கள். அவரது மனைவி அவரது எழுத்து தாகத்தைப் பற்றி வர்ணித்து இருப்பதை மறக்க முடியாது. "அப்போதுதான் ஒரு பயங்கரக் கொலையை செய்து முடித்து விட்டு வந்த ஒருவனின் பதற்றத்துடன் அவர் தன் எழுத்தில் தீவிரமாக முனைந்து நிற்பார்," என்று அவரது மனைவி குறிப்பிடுகிறார். பேன்வில்பேட் ரிஷியா குயின் எனும் இன்னொரு பெண்ணுடன் வைத்திருந்த உறவின் காரணமாக அவருக்கு இரண்டு மகள்கள் உண்டு.

இலக்கிய நடை

இன்றைய ஆங்கில மொழி நடையின் மேதைகளில் ஒருவர் என்று பேன்வில் விமர்சகர்களால் கருதப்படுகிறார். "அபாயகரமான ஆனால் தெளிவாக ஓடக்கூடிய வசன நடை" என்று அவரது மொழி நடையை டான் டெல்லிலோ என்பவர் குறிப்பிடுகிறார். பேன்வில் அடிக்கடி நெபக்கோவுடன் ஒப்பிடப்படுவதுண்டு. பேன்விலின் வார்த்தைகளில் சொல்வதெனில் "கவிதையையும், வசனத்தையும் ஒரு புது வடிவத்தில் கலவை செய்ய முனைகிறேன்."

பேன்வில் தனது எழுத்துகளை எப்போதும் ஒருவித விமர்சனத்தோடு அணுகுகிறவர். தனது படைப்புகள் பற்றி அவர் ஒரு முறை சொன்னார்: "நான் எனது படைப்புகளை வெறுக்கிறேன். அவை எனக்கு எப்போதும் திகைப்பூட்டுகின்றன." அவர் எப்போதும் தனது பழைய படைப்புகளைப் பார்ப்பதை விட்டு விட்டு எதிர்கால படைப்புகளைப் பற்றியே நினைக்கக் கூடியவர். "நேற்றைய படைப்புகளை விமர்சனம் செய்து அவற்றின் குறைபாடுகளை இன்றைய எழுத்தில் சரிசெய்ய முயல்கிறேன்". அவரது இலக்கிய நாவல்களில் தினந்தோறும் வெறும் 100 வார்த்தைகள் மட்டுமே எழுதுகிறார். அதே நேரத்தில் பெஞ்மின் பிளேக் எனும் புனை பெயரில் கிரைம் நாவல்களை எழுதுகிறபோது ஒரு நாளைக்கு 1000 வார்த்தைகளுக்கு மேல் எழுதுகிறார். அவர் தனது படைப்புகளில் பேன்வில் பெயரில் எழுதுபவை அனைத்தும் கலை என்றும், பெஞ்சமின் பிளேக் பெயரில் எழுதுபவை கைவினை என்றும் அவரே கருதுகிறார். இவரது ஆதிகால எழுத்துகள் ஜேம்ஸ் ஜாய்சினால் பெரிதும் பாதிக்கப்பட்டவை. "டப்லைனர்ஸ் எனும் ஜேம்ஸ் ஜாய்சின் நூலைப் படித்த பின்னர் அதன் மோசமான பிரதிபலிப்பாக நான் எனது எழுத்துகளை எழுதத் தொடங்கினேன்", என்று அவர் குறிப்பிடுகிறார்.

சிறுகதைத் தொகுதி

- Long Lankin (1970; revised ed. 1984)

நாவல்கள்

- Nightspawn (1971)
- Birchwood (1973)
- The Revolutions Trilogy:
- Doctor Copernicus: A Novel (1976)
- Kepler, a Novel (1981)
- The Newton Letter: An Interlude (1982)
- Mefisto (1986)
- The Book of Evidence
- Ghosts
- Athena: A Novel (1995)
- The Ark (1996) (only 260 copies published)
- The Untouchable
- Eclipse
- Shroud
- Prague Pictures: Portrait Of A City (2003)
- The Sea. The Infinities

நாடகங்கள்

- The Broken Jug: After Heinrich von Kleist (1994)
- Seachange (performed 1994 in the Focus Theatre, Dublin; unpublished)
- Dublin 1742 (performed 2002 in The Ark, Dublin; a play for 9-14 year olds; unpublished)
- God's Gift: A Version of Amphitryon by Heinrich von Kleist (2000)
- Love In The Wars
- Conversation In The Mountains (radio play, forthcoming 2008)

பெஞ்சமின் பிளேக் புனை பெயரில் எழுதப்பட்டவை

- Christine Falls (2006)
- The Silver Swan (2007)
- The Lemur (2008) previously serialised in The New York Times
- Elegy for April (2010)
- A Death In Summer (2011)
- Ë™ Mñ˜êùƒèœ
- "The Family Pinfold" The New York Review of Books
- "Trump Cards" Bookforum John Banville on The Original of Laura, Nabokov's final, unfinished novel.

திரைக்கதை

- 2011 Albert Nobbs
- 2011 Be Crazy For Me And My Father

●

அலெக்ஸ் காபுஸ் (ALEX CAPUS)

சுவிஸ் புனைகதையாளர்

நட்சத்திர வெளிச்சத்தில் பயணிக்கும் சுவிஸ் எழுத்தாளர்

நான் அதிர்ஷ்டத்தில் நம்பிக்கையுள்ளவன். இப்படிச் சொல்லிக் கொள்வதில் எனக்கு எந்த விதத் தயக்கமும் கிடையாது. வாழ்க்கை என்பது தர்க்கத்தோடு கூடிய சதுரங்க விளையாட்டு என்று பலர் நம்பத்தான் செய்கிறார்கள். ஆனால் எனக்கென்னவோ வாழ்க்கை என்பது ஒரு பில்லியர்ட்ஸ் விளையாட்டு என்றே தோன்றுகிறது. எந்த பந்தை அடித்தால் எந்த பந்து பள்ளத்தில் போய் விழும் என்று சொல்ல முடியாத பில்லியர்ட்ஸ் விளையாட்டு.

எனக்கு 2011—ஆம் ஆண்டு பல அதிர்ஷ்டங்களோடுதான் துவங்கியது. அதில் ஒன்றுதான் சென்னை மாக்ஸ்முல்லர் பவன் கதே இன்ஸ்டிட்யூட்டில் அலெக்ஸ் காபுஸ் (ALEX CAPUS) எனும் உலகப் புகழ் பெற்ற பிரெஞ்சு சுவிஸ் நாவலாசிரியரை நான் நேரில் சந்தித்தது. இவர் ஜெர்மன் மொழியில் எழுதினாலும் கூட இவரை ஒரு சுவிஸ் நாவலாசிரியர் என்றே இலக்கிய உலகம் வகைப்படுத்துகிறது.

அலெக்ஸ் காபுஸ் ஒரு உலக எழுத்தாளர் மட்டுமல்ல. ஸ்விட்சர்லாண்டின் சோஷியல் டெமோக்ரெடிக் கட்சியின் பிரெசிடெண்ட் பதவியில் இருப்பவரும்கூட.

அவரை எளிமையின் உச்சகட்டம் என்றுதான் சொல்ல வேண்டும். உலக மொழிகள் பலவற்றில் மொழி பெயர்க்கப்பட்டு ஒவ்வொரு நாவலும் எழுபதாயிரம் பிரதிகளுக்குக் குறையாமல் விற்பனையாகும் ஒரு எழுத்தாளர் அவர் என்பதற்கான தடயத்தின் ஒரு தூசைக் கூட அவரிடம் என்னால் காண முடியவில்லை. அவர் ஒரு அரசியல் தலைவர் என்பதன் ஒரு ஒட்டடைகூட அவரது உடம்பிலோ, உடல் மொழியிலோ ஒட்டிக் கொண்டிருக்கவில்லை.

நெற்றியிலிருந்து கழுத்துவரை நீண்டு புரளும் தங்க நிற சுருள் கேசம். அதை என்றைக்கும் சீப்பு வைத்து வாரியதற்கான அறிகுறிகளே இல்லை. அடர்த்தியற்ற புருவத்தின் கீழ் பள்ளத்தில் பதுங்கி இருக்கும் கண்களில் எதிராளியிடம் எதையோ துருவித் தேடுவது போன்ற தீட்சண்யம். இரண்டு நாள் சவரம் செய்யாத தாடி முகம் ஏதோ களைப்பைக் காட்டியது. கண்களின் ஓரங்களில் சுருக்கம் விழுமாறு சிரித்துக்கொண்டிருக்கும் முகம். நெற்றியில் மெலிதாக ஓடும் சிந்தனை ரேகைகள்.

அவர் ஊரில் எப்படியோ தெரியாது. இந்தியாவில் மிகவும் சகஜமான மேற்சட்டை. சட்டையின் முழுக்கை முக்காற் கையாக மடித்து விடப்பட்ட நிலையில், கரங்கள் ஜீன்ஸ் பேண்டின் பாக்கெட்டுக்குள் நுழைக்கப்படாமல் உள்ளங்கை தெரிய விரல் விரித்துப் பேசும் தோரணை. இந்தி மொழிப் பேச்சு வழக்கில் “சீதா சாதா ஆத்மி” என்று சொல்வார்கள். அலெக்ஸ் காபுஸ் மொத்தத்தில் அதுதான். கதே இன்ஸ்டிட்யூட்டைச் சேர்ந்த கீதா வேதராமன் அவரை எனக்கு அறிமுகப்படுத்தி இருக்காவிட்டால் அங்கே ஜெர்மன் மொழி கற்றுக் கொடுக்க வந்த ஒரு ஆசிரியராகவே அவரை நான் கருதியிருப்பேன்.

நான் துவக்கத்தில் பில்லியர்ட்ஸ் விளையாட்டைப் பற்றி சொன்னேன் அல்லவா? அது அலெக்ஸ் காபுசுக்கு ரொம்பவும் பொருந்தும். பிரெஞ்சு, சுவிஸ் தம்பதியருக்கு மகனாகப் பிறந்த அலெக்ஸ் எழுதுவது என்னவோ ஜெர்மன் மொழியில்தான். பிறந்தது முதல் ஐந்து ஆண்டுகள் பாரீசிலுள்ள தாத்தா வீட்டிலும் பிறகு சுவிட்ஸர்லாண்டில் இருக்கும் அம்மா வீட்டிலுமாக வளர்ந்த இவர் வரலாறு, தத்துவம், மானிடவியல் பயின்ற பிறகு ஸ்விஸ் செய்தி ஏஜென்சி ஒன்றின் ஆசிரியராகப் பணி

புரிந்தார். ஜெர்மன் மொழியில் பத்து நாவல்கள் எழுதியுள்ள இவர் தற்போது வாழ்வது சுவிட்சர்லாண்டிலுள்ள ஒல்டன் நகரில். திருமணமாகி நான்கு குழந்தைகளுக்குத் தகப்பன்.

மாக்ஸ்முல்லர் பவனும் சாகித்ய அகாடமியும் இணைந்து 2011 ஜனவரி மாதம் 25ஆம் தேதி நடத்திய இலக்கிய நிகழ்ச்சி ஒன்றில் தனது புனைகதைக் கலையைப் பற்றிப் பேசினார் அலெக்ஸ் காபுஸ். A MATTER OF TIME என்ற பெயரில் ஜெர்மனியிலிருந்து ஆங்கிலத்தில் மொழி பெயர்க்கப்பட்ட தனது நாவல் பற்றி அலெக்ஸ் பேசிய போது காற்றில் பரவிய அவரது நகைச்சுவையான தொனி, தன் மீது எந்த வித அதிகார குவிப்பும் விழுந்து விடக்கூடாது என்கிற அவரது ஜாக்கிரதை உணர்ச்சியைக் காட்டியது.

இதே நகைச்சுவைதான் அவரது நாவலிலும் காணக் கிடப்பதை உணரலாம். முதல் உலகப் போரின் போது ஜெர்மானிய ஆளுகைக்குட்பட்ட கிழக்கு ஆப்பிரிக்காவின் பின்னணியில் எழுதப்பட்ட அந்த நாவலில் வாழ்க்கையின் மிகப் பெரிய உண்மைகளை நகைச்சுவையுடன் அவர் விவரிக்கிறபோது அதன் அடியாழத்தில் தேங்கி நிற்கும் இயலாமையின் கசப்பு நம் முகத்தில் சேற்றைப்போல் தெறிப்பதை நாம் உணர முடியும்.

ஒரு புதிய நீராவிக் கப்பலை வடக்கு ஜெர்மனியிலிருக்கும் பேப்பன்பர்க்கிலிருந்து டங்கன்பிகா ஏரிக்குக் கொண்டு செல்வதன் பின் விளைவுகள் என்னவாக இருக்கப் போகிறது என்பதை அறியாத ஆண்டன் ரூடனும் அவனது சகாக்களும் சந்திக்கும் இடர்ப்பாடுகளை நாவல் பேசுகிறது.

போர், காலனியாதிக்கம் இவற்றின் அபத்தங்களைப் பகடி செய்யும் கலையில், தான் எப்படிச் சிறந்து நிற்கிறார் என்பதைத் தன் எழுத்து வித்தையால் நிறுவுகிறார் அலெக்ஸ் காபுஸ். அலெக்ஸ் புனைகதைகளைப் படைக்கும் தனது படைப்பு ரகசியங்களைப் பரிமாறிக் கொண்டபோது மிகவும் நகைச்சுவை உணர்வுடன் குறிப்பிட்டார்:

“ஸ்விட்சர்லாண்டில் நான் வாழும் ஒல்ட்டன் (OLTEN) எனும் ஊர் மிகவும் சிறியது. அதில் வெறும் 17,384 பேர்கள்தான் வாழ்கிறார்கள். ஒரு நதி குறுக்கே ஓடுகிறது. நதிக்குக் குறுக்கே போடப்பட்டிருக்கும் மரப்பாலம் எனக்கு மிகவும் பிடித்தமானது.

நதிக்கு வலது பக்கத்தில் ரயில்வே ஸ்டேஷன். இடது பக்கம் மிகவும் சிறப்பான சிட்டி சென்டர். எனது ஊரிலிருக்கும் ஒவ்வொருவருக்கும் என்னை நன்றாகத் தெரியும். எனவே எனது புதிய நாவல் ஒன்று புத்தகக் கடைக்கு வந்தவுடனேயே அவர்கள் வாங்கி விடுவார்கள். ஏன் தெரியுமா? அவர்களில் யாரையாவது நான் என் கதாபாத்திரமாக உருவாக்கி இருக்கிறேனா என்று பார்த்து விடுகிற ஆர்வத்தில் என் புத்தகம் கடைக்கு வந்தவுடனேயே வாங்கி படித்துப் பார்க்கிறார்கள்.

எனது மக்கள் கற்பனைக்கும் உண்மைக்கும் வேறுபாடு காண்பதில்லை. நான் எழுதுபவை ஏதோ உண்மையிலேயே நடந்தது போல நினைத்து விடுகிறார்கள். ஒரு முறை ஒரு குழந்தை மாடிப்படியிலிருந்து விழுந்து விட்டது என்று எழுதினேன். அது விழுந்த விதம் குறித்து விவரித்து எழுதினேன். மறு நாள் தெருவில் நான் போய்க் கொண்டிருந்தபோது என்னை ஒருவர் வழி மறித்துக் கேட்டார் "அந்தக் குழந்தை இப்போது எப்படி இருக்கிறது?" என்று.

அலெக்ஸ் காபுஸ் என்னிடம் சொன்னார்: A MATTER OF TIME எனும் எனது அண்மைக்கால நாவலில்தான் அதிகம் வரலாற்று உண்மைகளைச் சார்ந்து எழுதியிருப்பதாக: "முந்தைய நாவல்களில் பலவற்றை வெறும் கற்பனையாகக் கட்டமைத்துக் கொண்டிருந்த நான் நாளாவட்டத்தில் அதிகம் வரலாற்றுக் குறிப்புகளைச் சார்ந்து எழுதத் தொடங்கி விட்டேன்."

"இந்திரன் நீங்கள் புனைகதைகளை எழுதுவதுண்டா?" என்று அவர் திடீரென என்னைக் கேட்ட போது நான் திணறிப் போனேன். 1976இல் "ஒன்றும் ஒன்றும் பூஜ்யம்" என்ற சிறுகதை ஒன்றை எழுதி அ. மாதவன் செயலராக இருந்த திருவனந்தபுரம் தமிழ்ச் சங்கத்தின் பரிசு ஒன்றை தீபம் நா. பார்த்தசாரதியின் கையால் பெற்றேன். அதன் பிறகு சில சிறுகதைகள் தமிழிலும், சில ஆங்கிலத்திலுமாக எழுதியிருக்கிறேன் என்பதோடு சரி. நான் சமாளித்துக்கொண்டு சொன்னேன்: "அது நெரிசல் மிகுந்த பஸ். அதில் ஏறிப் பயணம் செய்ய எனக்கு விருப்பம் இல்லை." எனது பதிலை அவர் வெகுவாக ரசித்தார். ஆனாலும் புனைகதை உலகை ஸ்தாபிக்கும் உன்னதமான மகிழ்ச்சியை அனுபவிப்பதற்காக நெரிசல் மிகுந்த பஸ்ஸில் பயணம் செய்யலாம் என்று சொல்லித் தனது துருவல் பார்வையை

என்மீது மேய விட்டார். பிறகு கதைகளைக் கட்டியெழுப்பும் கலை குறித்த தனது சுய அனுபவத்தை என்னிடம் சொன்னார்: "முதலில் என் கதைகளை நான் எழுதத் தொடங்கியபோது என் கதைகளை செங்கல் செங்கல்லாகக் கட்டி எழுப்புவதற்கு ஒரு அஸ்திவாரம் தேவைப்பட்டது. அந்த அஸ்திவாரம் என்பது பெயரற்ற ஒரு சிறு நகரம். அதன் மக்கள் தொகையைக் கண்டுபிடிக்க வேண்டுமென்றால் வசதிக்காக அதை 17,384 என்று நான் இன்று வாழும் நகரத்தின் ஜனத்தொகையாக வைத்துக் கொள்வேன். அதில் ஒரு நதி, ரயில்வே ஸ்டேஷன், சிட்டி சென்டர் இருக்கும் எனது நகரத்தில் இருப்பது போலவே. இது யதேச்சையாக நடப்பதுதான். எனது கற்பனைக் குதிரையைத் தட்டி விடும் போது இது தானாகவே நிகழ்கிறது. ஆனால் எனது பக்கத்து வீட்டுக்காரர்கள் இதை நம்புவதில்லை. நான் வேண்டுமென்றே அவர்களின் கதையைச் சொல்லி அவர்களைத் தோலுரித்துக் காட்டி விடுவதாக அவர்கள் நினைத்து விடுகிறார்கள். பல நேரங்களில் எனது கதாபாத்திரங்களின் அனுபவங்கள் எனது சொந்த அனுபவங்கள் என்று கூட நம்பத் தொடங்கி விடுகிறார்கள். இந்த இடத்தில்தான் நான் வாழும் காலத்துக்கு முந்தைய வரலாற்றுக் காலத்தில் எனது கதைக் களத்தைக் கொண்டு போவதனால் பல புதிய சுதந்திரங்களைப் பெற முடியும் என்பதை நான் கண்டுபிடித்தேன். ஆனால் அதற்காக நான் பல வரலாற்று ஆராய்ச்சிகளிலும் ஈடுபட வேண்டி இருக்கிறது. பல நேரங்களில் வரலாற்றினால் பூர்த்தி செய்யப்படாத பகுதிகளை கற்பனையால் இட்டு நிரப்புகிறேன்."

நான் கேட்டேன்: "அப்படியானால் உண்மை வாழ்க்கை எந்த கொதிநிலையில் கற்பனை வாழ்க்கையோடு கலக்கிறது? உண்மை வாழ்க்கையிலிருந்து புனைகதையில் சிருஷ்டிக்கப்பட்ட வாழ்க்கை எந்த புள்ளியில் அந்நியப்படுகிறது?" அலெக்ஸ் காபுஸ் சிறிது தீவிரமடைந்தார்.

"தர்க்கம் குலைகிறபோதுதான் கலை பிறக்கிறது என்று நான் உளமார நம்புகிறேன். எனவே நான் எனது புனைகதைகளில் தர்க்கத்தைக் குலைப்பதில் பிரக்ஞை பூர்வமாக ஈடுபடுகிறேன். எந்தப் புள்ளியில் உண்மை வாழ்க்கை முடிகிறது எந்தப் புள்ளியில் புனைகதை வாழ்க்கை தொடங்குகிறது என்று சொல்லவே முடியாது. உண்மை உலகின் பதிலியாகச் செய்யப்படும் யதார்த்தம் புனைகதைக்குள் தொழிற்படுகிறது.

எனவே, உண்மை வாழ்க்கைக்குள் தொழிற்படும் தர்க்கத்திற்கு பதிலியான, சொல்லப் போனால் உண்மை வாழ்க்கையில் காணப்படாத அதீத தர்க்கம் ஒன்று புனைகதை உலகிற்குள் இயங்கி எழுத்தினால் சிருஷ்டிக்கப்பட்ட உலகை அதீத கவர்ச்சி கொண்டதாக அதை மாற்றி விடுகிறது என்று அலெக்ஸ் காபூஸ் சொன்னார். அப்போது அண்மையில் நம்மூரில் நடந்த வேடிக்கையான ஒரு இலக்கிய விவாதம் என் நினைவுக்கு வந்து போனது.

கு.ப.ராவிடம் தர்க்கம் இருக்கிறது. கல்கியிடம் தர்க்கம் இல்லை. எனவே கு. ப. ரா உயர்ந்த எழுத்தாளர். கல்கி தாழ்ந்த எழுத்தாளர் என்று அண்மையில் தெற்கத்திய விமர்சகர் ஒருவர் சென்னையில் சாகித்திய அகாடமியின் சிறுகதை பற்றிய கருத்தரங்கம் ஒன்றில் தீர்ப்பு எழுதினார். கேள்வி நேரத்தில், "தர்க்கம் என்று அவர் எதைக் குறிப்பிடுகிறார்?" என்று நான் ஐய வினா எழுப்பினேன். விமர்சகருக்கோ கோபம் தாங்கவில்லை. தன்னை ஒருவன் எதிர் கேள்வி கேட்பதா என்ற கோபத்தில் கொதித்து அவர் சொன்னார், "இந்திரன் சாரை இந்த கட்டடத்தின் நான்காவது மாடியிலிருந்து தள்ளி விட்டால், அவரது தலைதான் முதலில் தரையில்விழும். கால் முதலில் தரையில் விழாது. இதுதான் தர்க்கம்." இந்த உவமை பார்வையாளர்களுக்குப் புரியாது என்பதாலோ என்னவோ இதனை மூன்று முறை திரும்பத் திரும்பச் சொல்லி விளக்கி சந்தோஷப்பட்டார். இப்போது கு. ப. ராவா, கல்கியா என்கிற பட்டிமன்றத்தில் நான் இறங்கவில்லை. தன்னை யாராவது ஒருவன் கேள்வி கேட்டால் அவனை நாலாவது மாடியிலிருந்து தள்ளிக் கொன்று விட வேண்டும் என்று கொலை வெறி பிடித்தலையும் விமர்சகர்களைப் பார்க்கிறபோது இவர்களிடமிருந்து தமிழ்ப் படைப்பிலக்கியத்தை காப்பாற்றுவது எப்படி என்று தோன்றுகிறது.

அலெக்ஸ் காபுஸ் போன்ற எழுத்தாளர்களின் மீது மரியாதை அதிகமாகி விடுகிறது. "நட்சத்திர வெளிச்சத்தில் கடல் பயணம்: புதையல் தீவைத் தேடி" (SAILINGBYSTARLIGHT: INSEARCHOF TREASURE ISLAND) எனும் தனது படைப்பில் அலெக்ஸ் காபுஸ் வாழ்க்கையிலிருந்து புனைகதைக்கும், புனைகதையிலிருந்து வாழ்க்கைக்குமாக மிக அநாயாசமாகப் பயணிக்கிறார். நாம் எல்லோருமே படித்திருக்கிற ராபர்ட் லூயிஸ் ஸ்டீவன்சன்

எழுதிய உலகப் புகழ் பெற்ற "புதையல் தீவு" (TREASURE - ISLAND BY ROBERT LOUIS STEVENSON) எனும் நாவலில் குறிப்பிடப்படும் புதையல் தீவு என்பது உண்மையிலேயே இருக்கிறது என்றும், அதை ஸ்டீவன்சன் தனது 39வது வயதில் 1889இல் தேடிப் பயணித்தார் என்றும் பேசியபடி ஒரு சாகசக் கடல் பயணத்துக்கு நம்மை அழைத்துச் செல்கிறார்.

பசிபிக் கடலில் இருக்கும் சமோலா எனும் பகுதியில் தன் மனைவியோடும், மகனோடும் வாழ்ந்து கொண்டு ஊடுருவ முடியாத காட்டில் தனது கடைசி ஐந்து ஆண்டுகளைப் புதையல் தேடுவதில் கழித்தார் ஸ்டீவன்சன் என்று சொல்லி அதைச்சுற்றி விந்தையான ஒரு புனைகதையைக் கட்டி எழுப்புகிறார். அந்த பிரபல நாவல் எப்படி எழுதப்பட்டது என்பதை வைத்தே இன்னொரு நாவலை உருவாக்கிக் காட்டுகிறார் அலெக்ஸ் காபுஸ். எனவேதான் இவரது கதை சொல்லும் கலையில் எந்த புள்ளியில் நிஜ உலகம் விடைபெற்றுக் கொள்கிறது, எந்த புள்ளியில் கற்பனை உலகம் உள் நுழைகிறது என்று சொல்வது கடினமாகிறது.

கூட்டம் முடிந்தது. எங்களது உரையாடல் முடிந்தது. அலெக்ஸ் காபுஸ் என்னை அவர் தங்கி இருக்கும் ரெயின் ட்ரீ ஓட்டலுக்கு உணவுண்ண அழைத்தார். மறுநாள் சந்திப்பதாகக் கூறி விடைபெற்றேன். ஆனால் மறுநாள் அவரைச் சந்திக்கும் அதிர்ஷ்டம் எனக்கு வாய்க்கவே இல்லை.

*

இந்திரன் 61

அலெக்ஸ் காபுஸ் படைப்புகள்

காலம் பற்றிய விஷயம்
(நாவலிலிருந்து ஒரு பகுதி...)

(முதல் உலகப் போரின் அடிநாள்களில் ஜெர்மானிய கிழக்கு ஆப்பிரிக்காவில் நடந்த ஒரு நிகழ்வைச் சுற்றி நகரும் நாவல். இது இவரது 10வது புத்தகம். போர், காலனி ஆதிக்கம், அபத்தம் குறித்து எழுத வரும் போது கூட மிகவும் மிருதுவான முறையில் எந்தவித செயற்கையுமில்லாமல் இயல்பான நகைச்சுவையுடன் நகரும் இந்த நாவலிலிருந்து ஓர் அத்தியாயம்.)

களைப்பினால் பார்வை குறைந்து, வெறித்தனமாகி, ஆண்ட்டன் ரியூட்டர் தான் அதிகாலையிலிருந்து எதை நோக்கி ஓடி வந்தானோ அந்த ரயில் மேடை மீது சிரமப்பட்டு ஏறினான். புதர் புல்லின் குவியலிலிருந்து பாம்புகளும் பல்லிகளும் நகரும் ஓசை கேட்டது. அவனுக்கு மேலே சூரியன் சுட்டது. அவனுக்குப் பின்னால் கிழக்கு ஆப்பிரிக்காவின் பீடபூமி மழைக்காலத் தொடக்கமாகையால் நூற்றுக்கணக்கான கிலோ மீட்டர் நீரில் மூழ்கி இருந்தது. வெள்ளத்தில் மூழ்கிய ஸ்டெப்பி பிரதேசத்தில் அவன் பத்து முழு நாள்கள் வழி தேடி இருக்கிறான். இரவுகளில் அவன் மரங்களில் சாய்ந்தபடி,

முழங்கால் அளவு தண்ணீரில் ஒரு மணி நேரம் தூங்கி இருக்கிறான். சில சமயங்களில் கொசுக்களின் மேகங்களில் கூட மாட்டி கறையான் புற்றில் கால் வைத்து நாயைப் போலச் சுருண்டிருக்கிறான். அவனது உணவு, மூழ்கிப் போனதனால் இறந்து போய் விட்ட விலங்குகளின், வீழ்ந்து விட்ட மரங்களில் மாட்டி தொங்கிக்கொண்டிருக்கும் பச்சை மாமிசமும், அவனது காலில் அளைந்து வரும் அழுக்கு நீரும்தான். அவனது கேசம் சடையாகிவிட்டிருந்தது. அவனது தாடி நீளமாகிவிட்டிருந்தது. அவனது செருப்பணியாத கால்களில் காட்டுப் புண்கள். அவனது கிழிந்து நார் நாராகத் தொங்கிக்கொண்டிருந்த சீருடை அவன் தப்பித்து ஓடிவந்த போர்களின் அற்புதமான கலவையாகி இருந்தது. செத்துப்போன ஒரு பெல்ஜிய படைவீரனின் மேல்கோட்டையும், ரொடீஷியாவின் சார்ஜெண்ட் ஒருவனின் அரைக்கால் சட்டையையும், தென்னாப்பிரிக்க அதிகாரி ஒருவனின் தலைக்கவசத்தையும் அவன் அணிந்திருந்தான். அவனது சொந்த பூட்ஸ் காலணியின் எஞ்சிய பகுதிகளைக் காலணியாக அணிந்திருந்தான்.

அவன் தனது வயிற்றைத் தண்டவாளத்தின் மீது வைத்து முகத்தை துருவேறிச் சிவந்த ஜல்லிக் கற்களின் மீது அழுத்தி, காதைச் செவிடாக்கும் சிசாடல் பூச்சிகளின் கிரீச்சொலியைக் கேட்டான். மேடையின் அடுத்த பகுதியை எட்டிப் பார்க்கும் துணிச்சல் அவனுக்கு இல்லை. ஆண்ட்டன் ரியூலருக்கு எந்த நம்பிக்கையை வைப்பது என்று தெரியவில்லை. அவன் சந்தேகப்பட்டபடி, வெறுமையான வெள்ளத்தில் மாட்டிய புல்வெளி ரயில் பாதையைக் கடந்து அடிவானத்துக்கு நீளுமானால் அவன் பசியினாலும் பலகீனத்தினாலும் செத்துப்போவான். அங்கே ஒரு உள்ளூர் கிராமம் இருக்க நேர்ந்தாலோ அவன் ஒரு நாயைப்போல் அடித்துப்போடப்படுவான். மேலும் அவன் போர்வீரர்களைச் சந்திக்க நேர்ந்தாலோ துப்பாக்கியால் சுட்டுப் பொசுக்கப்படவோ, தூக்கில் போடப்படவோ அல்லது மிக நல்ல முறையில் சங்கிலியால் பிணைக்கவோ படுவான்.

பிறகு அவன் ஒரு சூடான காய்கறி சூப்பின் வாசனையினால் தீவிரமாகக் கவரப்பட்டான். ஆண்ட்டன் ரியூட்டர் முதலில் நம்பிக்கையற்றவனாகவும், பிறகு பேராசை மிக்கவனாகவும் மூக்கை உறிஞ்சினான். சந்தேகமே இல்லை நீண்டநேரமாக அடக்கி வைக்கப்பட்ட பசியினால் கூர்மைப்படுத்தப்பட்ட

அவனது புலன்கள் அவனைக் கை விடவே இல்லை. அது காய்கறி சூப்புதான். ஒருவேளை பிரிட்டிஷ்காரர்கள் விரும்புவதுபோல உப்போ, சர்க்கரையோ இல்லாததாக இருக்கலாம். பெரும்பாலும், பால் கலவாமல் வெறும் தண்ணீரில் செய்யப்பட்டதாக இருக்க வேண்டும். ஆனால் அது நிச்சயமாக காய்கறி சூப்புதான். அவன் தனது தலையைத் தூக்கி சூடாகத் தகித்துக் கொண்டிருந்த தண்டவாளங்களைப் பிடித்து தன்னைத் தானே இழுத்துக் கொண்டு முன்னேறி மேட்டின் முனைக்குச் சென்றபோது அங்கே "மன்னரின் ஆப்பிரிக்கத் துப்பாக்கிகள் கம்பெனியினர், ஒரு கல்லைத் தூக்கி எறியும் தொலைவில் சிறு காட்டின் விளிம்பில் தங்கியிருந்தனர். தளவாடங்களை ஏற்றிய மோட்டார் கார்களையோ, வீசியெறியும் வெடி குண்டுகளையோ, இயந்திரத் துப்பாக்கிகளையோ, மலை போலக் குவிந்து கிடக்கும் வெடி மருந்துளையோ அவன் கவனிக்கவில்லை. அவன் சுத்தமான சீருடையில், திருத்தமாக வாரி விடப்பட்ட தலை முடியுடன் இருந்த முப்பது மனிதர்களையும், அவர்கள் கூடாரத்தை அடிப்பதையும், மளிகைப் பொருட்களை இறக்குவதையும், அல்லது மரங்களின் கீழே ஓய்வெடுப்பதையும் கவனிக்காமல் விட்டு விட்டான்.

ஆண்ட்டன் ரியூட்டருக்கு ஒன்றின் மீது மட்டுமே கண் இருந்தது கூடாரங்களை எல்லாம் தாண்டி, காட்டின் விளிம்பில், ஒரு நெருப்பின் மீது திறந்து வைக்கப்பட்டு, கவனிப்பாரற்று விடப்பட்ட நீராவியை வெளியிட்டுக்கொண்டிருக்கும் ஒரு பித்தளைக் குடம். அவன் தனது கால்களில் தடுமாறி எழுந்து தன்னைத் தானே கீழே உருட்டிச் சென்று குடத்தை கைப்பற்றிக்கொண்டு காட்டை நோக்கி தடுமாறிச் சென்றான். மரங்களின் பாதுகாப்பான இருட்டில் மறைந்து, சில அடிகளில் கிளைத்து வளர்ந்திருந்த மரங்களின் அடியிலிருந்த வேர்களின் பள்ளத்தில் விழும் வரையிலும், அவனுக்கு ஆச்சரியத்தில் கத்திய பிரிட்டிஷ்காரர்களோ, நாய்களின் குரைப்பொலியோ, துப்பாக்கிக் குண்டுகள் பாய்ந்து செல்லும் விர்ரென்ற ஓசையோ தென்படவே இல்லை. பள்ளத்தின் அடியில் வந்த பிறகு, கீறல் விழப் பெற்றவனாக, காயம் பட்டவனாக, சூடான சூப்பினால் தீக்காயம் பட்டவனாக, தலைகீழாக விழுந்து விட்டிருந்த மரத்தின் வேர்களுக்கடியில் ஊர்ந்து சென்று,

நாய்கள் குரைப்பதையும், மனிதர்களின் குரல்களையும் செவி மடுத்தான். அவர்கள் அண்மையில் வந்ததாகத் தெரியவில்லை என்பதனால் அவன் தனது உடம்பில் ஊற்றி விட்ட சூப்பை நக்கிச் சுவைத்தான் தான் மிக விரைவிலோ அல்லது பிறகோ கண்டுபிடிக்கப்படுவோம் என்பது தெரிந்த நிலையில்.

பிறகு அவன் தூங்கிப் போனான். அந்தக் குடத்தையும், துப்பாக்கிக் குண்டுகளையும், நாய்களையும், ரயில் மேடையையும், முடிவில்லாது நீண்ட தண்ணீரையும் மறந்து போனான். சொல்லப்போனால் கடந்த நான்கு ஆண்டுகளாக தான் செய்த, தான் சகித்துக் கொண்ட, தான் அனுபவப்பட்ட எல்லாவற்றையும் அவன் மறந்து போனான்.

*

அலெக்ஸ் காபுஸ் சில குறிப்புகள்...

அலெக்ஸ் காபுஸ் (ஜூலை 23, 1961) பிரான்சில் பிறந்த ஒரு சுவிஸ் எழுத்தாளர். நார்மண்டியில் பிரெஞ்சு தந்தைக்கும், சுவிஸ் தாய்க்கும் பிறந்தவர். முதல் ஐந்தாண்டுகள் பாரிசில் தனது தாத்தாவின் வீட்டில் வளர்ந்தவரான இவர் 1966இல் தனது தாயுடன் சுவிட்சர்லாண்டில் இருக்கும் ஓல்ட்டன் (OLTEN) எனும் ஊருக்குச் சென்று வாழத் தொடங்கினார். பேசல் (UNIVERSITY OF BASEL) பல்கலைக்கழகத்தில் வரலாறு, தத்துவம், மானிடவியல் ஆகியவற்றைக் கற்றார். 1986இலிருந்து 1995 வரை பல்வேறு சுவிஸ் மொழி செய்தித்தாள்களில் பணி செய்தார்.

நான்கு ஆண்டுகளுக்கு சுவிஸ் செய்தி ஏஜென்சியின் ஆசிரியராகப் பணியாற்றினார்.

தற்போது ஓல்டன் நகரில் முழுநேர எழுத்தாளராக வாழ்கிறார். திருமணமான இவருக்கு நான்கு குழந்தைகள். 2009 நவம்பர் மாதம் தொட்டு இவர் ஓல்டன் நகரத்து சோஷலிஸ்ட் ஜனநாயகக் கட்சியின் தலைவராக இருந்து வருகிறார்.

படைப்பு வாழ்க்கை

1994—இல் அலெக்ஸ் காபுஸ் தனது "இந்த சபிக்கப்பட்ட புவியீர்ப்பு விசை முன் சிங்கர் பாஷா" எனும் நூலை வெளியிட்டார். இது முழுக்க முழுக்க காபுஸ் தனக்கென வைத்திருக்கும் நடையைக் காட்டுவதாக இருந்தது. இந்நூலிலேயே சுவிஸ் கடல் பயணியான சிங்கர் பாஷா என்பவரைப் பற்றிய வரலாற்றுக் குறிப்புகளைக் கொண்டு வந்து உள் நுழைத்திருந்தார். இந்நூல் ஒருவிதமான இலக்கியத் தரமான வாழ்க்கை வரலாறு என்றே சொல்ல வேண்டும்.

இதற்கு அடுத்து 1998 இல் வெளிவந்த 19 சிறுகதைகள் அடங்கிய சிறுகதைத் தொகுதியில் கதாபாத்திரங்களைக் கட்டியெழுப்பி அவை மீண்டும் உருக்குலையுமாறு அவர் எழுதியிருந்தார். இது அலெக்ஸ் காபுசின் ஆற்றலை நிரூபிப்பதாக இருந்தது.

2001இல் வெளிவந்த "தூரத்து உலகங்கள் பற்றிய எனது ஆய்வு" எனும் சிறுகதைத் தொகுதியிலும் இவர் தனது வரலாற்று ரீதியான அக்கறைகளைக் காட்டி இருந்தார்...

2002இல் வெளிவந்த "பெரும்பாலும் சிறிது வசந்தம்" எனும் நூலில் நாஜிப் படையினரிடமிருந்து தப்ப முயற்சிக்கும் கர்ட் மற்றும் விளாடிமிர் சாண்ட்விக் வெல்டெ ஆகியோரைப் பற்றிய வரலாற்றுக் குறிப்புகளைப் புனைவுடன் கலந்து எழுதியிருந்தார். ஒரு வங்கியைக் கொள்ளை அடித்த பிறகு அவன் தப்பிப் போவதற்குத் தலைமை தாங்குகிறான். பேசல் எனும் இடம் வரை போகிற அவர்கள் அங்கிருந்த பெண்கள் இருவருடன் நட்பில் விழுகிறார்கள். காவல் துறையின் நீண்ட துரத்தலுக்குப் பிறகு அவர்கள் கைது செய்யப்படுகிறார்கள்.

2003இல் வெளிவந்த காபுசின் "நீ நினைக்கிறாய் அது காதலென்று" எனும் நூலில் சுவிட்சர்லாந்தின் அன்றாட வாழ்க்கை மிக அழகாகப் பின்னப்பட்டிருக்கிறது.

2004இல் "13 கதைகள்" எனும் இவரது நூல் மனித வரலாற்றின் மிக முக்கியத் தருணங்கள் எனக் கருதப்படுபவற்றின் வரலாற்று சுருக்கங்கள் என்று விமர்சகர்களால் பாராட்டப் படுகின்றது.

2005இல் வெளிவந்த "நட்சத்திர வெளிச்சத்தில் பயணித்தல்" எனும் துப்பறியும் கதை "புதையல் தீவு"நாவலை எழுதிய ஸ்காட்லாண்டின் கவிஞரும் ஆசிரியருமான ராபர்ட் லூயிஸ் ஸ்டீவன்சனின் திருமணத்தையும், சமோவா காடுகளில் அவரது குடும்பத்தின் நாகரிகமான அனுபவங்களையும் விவரிக்கிறது. சமோவாவுக்குப் பக்கத்திலிருந்த ஒரு சிறு தீவில் புதையல் இருக்கும் என்று அவர் தனது கடைசி காலங்களைத் தெற்கு பசிபிக் கடல்களில் கழித்தார் என்பது போன்ற சுவை மிகுந்த பகுதிகளை எழுதியிருக்கிறார். இந்த படைப்பு ஆங்கிலம், இத்தாலி, ஸ்பேனிஷ், போச்சுகீஸ் ஆகிய மொழிகளில் மொழி பெயர்க்கப்பட்டன.

2006இல் ஆளுமைகளின் சித்திரங்களை அவர் எழுதி உலகப் பொருளாதார அதிகாரத்தை அந்த மனிதர்கள் அடைவதற்கு சமூகக் காரணங்கள் எவை என்பது குறித்து ஆராய்கிறார்.

2007இல் வெளிவந்த இவரது புனைகதையாகிய "A MATTER OF TIME" எனும் நூல் வடக்கு ஜெர்மானிய கப்பல் கட்டும் தளங்களில் பணிபுரிந்த மூவரின் சாகசங்களைப் பேசுவதாக அமைந்தது. இது மாபெரும் வெற்றியை ஜெர்மானிய வாசகர்களின் மத்தியில் ஏற்படுத்தி ஏராளமான பிரதிகள் விற்பனை ஆகியது. இந்நாவல் ஆங்கிலம், டச்சு, ஜப்பானியம், நார்வேஜியன், ஹீப்ரூ, கிரேக்கம் ஆகிய மொழிகளில் மொழிபெயர்க்கப்பட்டது.

செப்டம்பர் 2007இல் சுவிஸ் நாட்டின் பலூன் முன்னோடியும், புகைப்படக்காரருமான எட்வர்ட் ஸ்பெல்டினி குறித்த கட்டுரை ஒன்று இதழ் ஒன்றில் வெளியிடப்பட்டு மிகப்பெரிய வெற்றியைப் பெற்றது.

2009—இல் "ஓல்டன் நகரத்து அரசர்" எனும் சிறுகதைத் தொகுப்பு வெளிவந்து, அவரது சொந்த ஊரான ஓல்டன் நகரம் குறித்து மிக சுவாரசியமான தகவல்களைப் பரிமாறுகிறது. கருப்பும் வெள்ளையும் கலந்த "ட்டுலஸ்" என்று பெயர் சூடிய பூனை இந்நூலின் முக்கிய கதாபாத்திரம்.

2011இல் வெளிவந்த இவரது "லியோன் மற்றும் லூயிஸ்" எனும் நாவலில் இவர் தனது தந்தை வழி தாத்தாவைப் பற்றிய கதையினைச் சொல்லி இருக்கிறார். நார்மண்டியில் முதலாம் உலக யுத்தம் நடந்தபோது பாரீசில் இடம் பெயர்ந்த இவரது தாத்தாவின் முக்கோணக் காதல் கதையினைச் சுவைபட வர்ணிக்கிறார். இந்தப் புத்தகம் ஜெர்மன் புத்தக விருதினை 2011 நவம்பரில் பெற்றது.

தனது சொந்த படைப்புகள் மட்டுமின்றி ஜான் ஃபேண்டேவிலின் நாவல்களை ஜெர்மன் மொழியில் மொழிபெயர்த்திருக்கிறார்.

விருதுகள்

1995 Literature Prize Regiobank Solothurn.

1996 Scholarship of the canton of Solothurn

1998	Work Year Pro Helvetia
1998	Award of the Cultural Committee of German Business
2005	Prize of the Canton Solothurn
2005	Award from the city of Olten

படைப்புகள்

- This cursed gravity. Narratives. Editions of copains, Olten 1994 (self-published, re-edited in Eigermönchundjungfrau)
- Munzinger Pasha. Novel. Diogenes, Zurich 1997, revised edition: dtv, Munich
- Eigermönchundjungfrau. Stories. Diogenes, Zurich 1998, revised edition:
- My study also worlds. A novel in 14 stories. Residence, Salzburg 2001, dtv, Munich
- Almost a little spring. Novel. Residence, Salzburg 2002, dtv, Munich 2004, Do you think it was love? Novel. Residence, Salzburg 2003, dtv, Munich 2004,
- 13 true stories. Historical miniatures. Deuticke, Vienna 2004, dtv, Munich 2006,
- Travel in the light of the stars. A conjecture. Novel. Knaus, Munich 2005, btb, Munich 2007,
- Patriarch. Ten portraits. Knaus, 2006 Munich, btb, Munich 2008,
- A matter of time. Novel. Knaus, Munich 2007, btb, Munich 2009, Heaven Help Us. Twelve Portraits. Knaus, 2008 Munich, btb, Munich 2010
- Something very, very beautiful. Narratives. dtv, Munich 2009,
- The King of Olten. Narratives. Knapp, Olten 2009, The meeting in Brakel. It's in your hand. Six short stories. Callwey, Munich 2010
- Leon and Louise. Novel. Hanser, Munich 2011
- The King of Olten returns. Narratives. Knapp, Olten 2011

எவ்லின் கோன்லான் (EVELYN CONLON)

ஐரிஷ் புனைகதையாளர்

கோப்பை நிறைய கடிதங்கள்

டப்ளின் நகரம். செப்டம்பர் குளிர். அவ்வப்போது மழை. ஒரு பத்து மணி காலை.

சிட்டி சென்டரின் மிகப் பெரிய புத்தகக் கடையான ஈசன் புக் ஷாப். அதன் வாசலில் நின்று காத்திருக்கிறேன் முன் பின் பார்த்திராத ஒரு பெண் எழுத்தாளரைச் சந்திப்பதற்காக. எனக்குத் தெரிந்த தெல்லாம் பிரான்சில் வாழும் எழுத்தாளரான நண்பர் நாகரத்தினம் கிருஷ்ணா, பிரெஞ்சிலிருந்து நேரடியாகத் தமிழில் மொழிபெயர்த்த ஒரு சிறுகதை — பிரெஞ்சு சிறுகதைகள் எனும் தொகுப்பில் நான் படித்தேன். கட்டுப்படுத்தப்பட்ட கோபம், அசலான உரத்த சிந்தனை, இயல்பு மீறிய கற்பனையுடன் கூடிய நகைச்சுவையின் பின்னால் ஒளிந்துகொண்டு நிழல் காட்டும் சொல்லொணாத துயரம். ஒரு பெண்ணின் வாழ்க்கையைத் துணிச்சலாகப் பேசும் அபூர்வமான ஒரு பெண்குரல் அச்சிறுகதையில் ஒலிப்பது கண்டு அதிர்ந்து போனேன். அச்சிறுகதையை எழுதியவர் உலகப் புகழ் பெற்ற ஐரிஷ் பெண் எழுத்தாளர் எவ்லின் கோன்லான் (EVELYN CONLON) என்றும், அவர் தற்சமயம் நான் வந்திருக்கும் அயர்லாண்டின் தலைநகரமான டப்ளினில் தான் வாழ்ந்து வருகிறார் என்றும் தொலைபேசிப் பேச்சுக்கிடையில் தெரிவித்தவர் நாகரத்தினம் கிருஷ்ணாதான். எவ்லின் கோன்லான்

உலகப் புகழ் பெற்றவர் என்பதால் ஐரிஷ்காரரான அவரது சிறுகதை ஒன்று பிரெஞ்சில் மொழிபெயர்ப்பாகி இருக்கிறது. இதனால் அவர் ஒரு பிரெஞ்சு எழுத்தாளர் என்று தவறாகப் புரிந்து கொண்டு நாகரத்தினம் கிருஷ்ணா தனது பிரெஞ்சு சிறுகதைகள் தொகுப்பில் தவறுதலாக அவரையும் சேர்த்து விட்டிருக்கிறார். அத்தொகுப்பைப் படித்த நான் ஒரு பிரெஞ்சு எழுத்தாளர் அயர்லாண்டில் வசிக்கிறார் என்று நினைத்து அவரைச் சந்திக்க சென்றேன்.

இதன் விளைவுதான் ஒரு அந்நிய நகரத்தின் பரிச்சயமில்லாத ஒரு புத்தகக் கடை முன்னால் இன்று தன்னந்தனியே நிற்கிறேன். மழைக் கோட்டில் புதைந்தபடி, குளிரில் வெட வெடக்கும் உடம்பை வெது வெதுப்பாக்கக் கம்பளி உறை அணிந்த இரு கைகளையும் கால்சட்டைப் பாக்கட்டுக்குள் நுழைத்தபடி நின்றேன். கடை நோக்கி வரும் எந்த பெண்மணியாவது என்னை நோக்கிப் புன்னகைத்தால் அதுதான் எவ்லின் கோன்லான் என்று எதிர்பார்ப்பு. கடந்து செல்லும் ஒவ்வொரு பெண்ணின் முகபாவத்தையும் உற்று நோக்கிக் கொண்டு நிற்பது கொஞ்சம் சங்கடமாகத்தான் இருந்தது. எவ்லின் கோன்லான் என்னைப் பார்த்து எப்படிப் புன்னகைப்பார்? அவர்தான் என்னை முன்பின் பார்த்தது இல்லையே? எனது ஆங்கிலக் கவிதைகள், நான் எழுதிய புத்தகங்கள் பற்றிய தகவல்களை மட்டுமே அவருக்கு நான் அனுப்பி வைத்திருக்கிறேன். இவற்றை வைத்து ஒரு மனிதனைக் கண்டுபிடித்து விட முடியுமா?

வெளியே குளிர் என்பதால் புத்தகக் கடைக்குள் சென்று அவர் புத்தகங்களைத் தேடினேன். குண்டு வீச்சு தொடர்பாக அவர் தொகுத்த புத்தகம் ஒன்றில் அவரைப் பற்றிய குறிப்பு சொன்னது: அவருக்கு 17 வயதிருக்கும் போதே அவரது சிறுகதை புதிய ஐரிஷ் எழுத்துத் தொகுதியில் இடம் பெற்றிருக்கிறது என்று. 1987இல் வெளி வந்த "எனது தலை திறக்கிறது" (MY HEAD IS OPENING) என்ற முதல் சிறுகதைத் தொகுதியைத் தொடர்ந்து இரண்டு சிறுகதைத் தொகுதிகள் "ஆரஞ்சு கலந்த சிவப்பை சிவப்பு என்று எடுத்துக் கொள்வது" (TAKING SCARLET AS RED COLOUR- 1993), "சொல்லுதல்" (TELLING 2000), இவை மட்டுமின்றி மூன்று நாவல்கள் "பகல் வெளிச்சத்தில்

நட்சத்திரங்கள்" (STARS IN THI IDAY LIGHT - 1989),"ஒரு கண்ணாடிக் கோப்பை நிறைய கடிதங்கள்" (A GLASSFUL OF LETTERS 1998). இவை தவிர ஏராளமான புத்தகங்களைத் தொகுத்திருக்கிறார். எழுத்தாளரை எங்கே தவற விட்டு விடுவோமோ என்ற பதைப்பில் கடையை விட்டு வெளியே வந்து புத்தகக் கடை வாசலில் நின்றுவிட்டேன்.

இலக்கியத்துக்காகவே பிறப்பெடுத்த டப்ளின் நகரம் என் கண் முன்னால் சுறு சுறுப்பாய் இயங்கிக் கொண்டிருந்தது. சர்வதேச இலக்கிய நகரம் என்று யுனெஸ்கோவினால் அறிவிக்கப்பட்ட நகரத்தைத் தலைநகரமாகக் கொண்ட அயர்லாண்டு எனும் சின்னஞ்சிறு தீவிலிருந்து மட்டும் நான்கு இலக்கியவாதிகள் (டபிள்யூ. பி.யேட்ஸ், ஜியார்ஜ் பெர்னாட்ஷா, சாமுவெல் பெக்கட், சீமஸ் ஹேனீ) நோபல் பரிசு பெற்றிருக்கிறார்கள் என்றால் பார்த்துக் கொள்ளுங்களேன். எவ்லின் வருவதாகச் சொல்லி இருந்த காலை பத்து மணி அப்போதுதான் ஆகி இருந்தது. நான் பதற்ற நிலை அடைந்திருந்தேன். அழுத்தமான ஆரஞ்சு நிறத்திலிருந்து பித்தளை நிறம் வரை சிவப்புக் கூந்தல் கொண்ட ஐரிஷ்காரப் பெண்கள் உட்பட பலர் என்னைக் கடந்து போனார்கள். ஹாலிவுட் படங்களில் ஐரிஷ்காரர்கள் என்றவுடனேயே அவர்கள் சிவப்புத் தலையுடன்தான் காட்டப்படுவார்கள் என்பது நினைவுக்கு வந்தது.

உண்மையில் பார்க்கப் போனால் அயர்லாண்டின் 15% பேருக்குத்தான் சிவப்புத் தலை முடி இருக்கிறது. போதாக்குறைக்கு சிவப்புத் தலைமுடி கொண்டவர்கள் உணர்ச்சிவசப்படுவார்கள் என்கிற நம்பிக்கை வேறு ஐரோப்பியர்களிடம் உண்டு. ஹோமர், தான் எழுதிய இலியட் காவியத்தில் உணர்ச்சிவசப்படும் ஒரு கதாபாத்திரம் சிவப்புத் தலைமுடியுடன் இருந்ததாக வர்ணித்திருக்கிறார். ஐரிஷ்காரர்களின் இந்தச் சிவப்புத் தலைமுடியை வைத்தே பிரிட்டீஷ்காரர்கள் அவர்களிடம் இனப் பாகுபாடு காட்டி கேவலப்படுத்தி இருக்கிறார்கள்.

இந்த சிகை ஆராய்ச்சியை நடத்தியபடி இருந்ததில் என் பக்கத்தில் வந்து நின்ற அந்தப் பெண்மணியை நான் கவனிக்கத் தவறி விட்டேன்.

ஐரிஷ் உச்சரிப்பில் என் பெயர் சொல்லி அழைத்து, நேச பாவத்துடன் சிரித்து கைகுலுக்கினார் எவ்லின் கோன்லான். கவனமாகக் கலைத்துப் போடப்பட்ட தலைமுடி. ஆண்களைப் போல் குட்டையாக வெட்டப்பட்டு, கேசம் குச்சி குச்சியாக நெற்றியில் வந்து விழுந்துகொண்டிருந்தது. முதுமை தொடங்கி விட்டதன் அடையாளமாக முகத்தில் கொஞ்சம் சோர்வு. அதில் உண்மையாய்ச் சிரிக்கும் இரண்டு நீலக் கண்கள். காதில் மெலிதான இரு வளையங்கள். கழுத்தில் வெள்ளை உலோகச் சங்கிலியில் ஜொலிக்கும் ஒரு நட்சத்திரம். மெலிதான கயிற்றில் கட்டி மார்பின் மீது தொங்கும் மூக்குக் கண்ணாடி. அயர்லாண்டில் பெண்மைக்கே உரியதாகக் கருதப்படும் பளிச்சென்ற பிங்க் நிற சட்டை. அதன் மேல் சாக்லேட் நிற கோட்டு, பேண்ட், கைப்பை சகிதமாக நின்றார், எழுத்தாளர் எவ்லின் கோன்லான்.

உலகப் புகழ் பெற்ற புனைகதை எழுத்தாளர் ஒருவர், இந்தியாவிலிருந்து வந்த தனக்கு முன்னறிமுகமில்லாத ஒரு எழுத்தாளனுக்காக மழையும் குளிருமான ஒரு மோசமான நாளில், தனது காரை ஓட்டிக்கொண்டு ஒரு புத்தகக் கடை வாசலில் வந்து சந்திக்கிறார் என்றால் தமிழ்நாட்டிலிருந்து வந்த என்னால் அதை நம்ப முடியவில்லை.

அவரது நாற்பதாண்டு கால இலக்கிய வாழ்க்கை, சாகசங்கள் நிறைந்ததாக இருந்தது. பதினேழு வயதில் தனது இலக்கிய வாழ்க்கையைத் தொடங்கிய இவர் பத்தொன்பது வயதிலேயே தன்னந்தனியே கப்பலேறி ஆஸ்திரேலியாவின் சிட்னி நகருக்குச் சென்று விட்டார். மூன்று ஆண்டுகள் அந்த நாட்டில் எந்த வேலை கிடைக்கிறதோ அந்த வேலையெல்லாம் செய்து வாழ்ந்து கொண்டு எழுத்தில் முனைந்திருக்கிறார். ஆறு மாதம் மவுண்ட் ஈசா எனும் சுரங்க நகரத்தில் வாழ்ந்தபோது ஆஸ்திரேலியாவின் புவியியல் கலைக்களஞ்சியத்தில் பங்களித்திருக்கிறார். 1975இல் அயர்லாண்டுக்குத் திரும்பிய அவர் இந்தியாவுக்கு வந்து விட்டிருக்கிறார். காத்மண்டுவிலிருந்து தொடங்கி பேருந்து மூலமாகவே வடஇந்தியா முழுவதும் சுற்றி இருக்கிறார்.

மீண்டும் அயர்லாண்டுக்குத் திரும்பிய பிறகு ஏராளமான களப்பணிகளில், "கற்பழிக்கப்பட்டவர்களுக்கான சேவை

மையம்" ஒன்றை நிறுவியதிலிருந்து, போஸ்னியாவின் அகதி நலன்களுக்காகப் போராடியது, சிறையிலிருக்கும் இளம் வயதினரின் நலன்களுக்குப் போராடியது, இன்றும் மரண தண்டனைக்கு எதிராகப் போராடுவது வரை தன்னைச் சமூக நடவடிக்கைகளில் சதா ஈடுபடுத்திக்கொண்டே வந்திருக்கிறார். இதனால்தான் இவரது எழுத்துகள் அனைத்துமே மனிதர்களின் பொது வாழ்க்கை நடத்தை, தனிவாழ்க்கை நடத்தை ஆகியவற்றின் இழைகளைத் தனித்தனியே பிரித்து சமூக வாழ்க்கையின் நூற்பு ரகசியங்களைத் தனக்கே உரித்தான மொழியில் பேசுகின்றன. தற்கால கிரக மயமான நாகரிக உலகில், துரித மாற்றங்களுக்கு உட்பட்டு வரும் சமூக மதிப்பீடுகளின் வெளிச்சத்தில் ஒவ்வொரு தனிமனித ஆணுக்காகவும், பெண்ணுக்காகவும் வாதாடுகின்றன இவரது எழுத்துகள்.

*

இவரது நாவல்களில் என் மனதைக் கவர்ந்தது "கண்ணாடிக்கோப்பை நிறைய கடிதங்கள்" எனும் நாவல். இதன் மையக்கருத்து புலம் பெயர்தல். இதில் ஒரு புதியமுறையிலான கதை சொல்லலை இவர் முயற்சிக்கிறார். பெரும்பாலும் ஒவ்வொரு அத்தியாயத்துக்குப் பிறகும் ஒரு கடிதம். கடிதங்களின் மூலமாகவே கதை மலர்ந்துகொண்டு செல்கிறது.

இதில் கதையைச் சொல்பவர் ஒரு விமானப் பணிப் பெண். அயர்லாண்டுக்குச் சொந்தமான ஏர் லிங்கஸ் விமானப் போக்குவரத்தில் பணிபுரிபவள். இவள் முழுமையாக அயர்லாண்டை விட்டுப் போகிறவளும் அல்ல. அயர்லாண்டிலேயே நிரந்தரமாக வாழ்ந்து வருபவளும் அல்ல. அவளுக்குள் ஏராளமான அடையாளச் சிக்கல்கள். இதில் வேடிக்கை என்னவென்றால் இது அவளைப் பற்றிய கதை போலத் தோற்றம் காட்டும். ஆனால் அவளைப் பற்றிய கதை அல்ல இது. அவளைச் சுற்றி இருக்கும் நான்கு ஐந்து பேர்களைப் பற்றிய கதை. அதில் ஒரு கதாபாத்திரம் பாதி அமெரிக்காவில் வாழ்கிறது. பெண்ணியவாதிகளின் கூட்டம் ஒன்று கதையில் விரிவாகப் பேசப்படுகிறது. அடுத்தடுத்து வரும் கடிதங்களின் மூலமாக அந்தந்த கதாபாத்திரங்களின் குண விசேஷங்கள் துலக்கமடைகின்றன.

இந்நாவலின் உத்தி பற்றி நேர்ப் பேச்சில் எவ்லின் கோன்லான் என்னிடம் சொன்னார்: ஈமெயிலின் வருகைக்குப் பிறகு கடிதங்கள் எழுதுவது என்பது பெரும்பாலும் இல்லை. ஃபேக்ஸ் வழியாக அனுப்பப்படும் கடிதங்கள் சில நாள்களில் கண்ணுக்குப் புலப்படாமல் போய் விடும். அலுவலக ஆணைகள் மற்றும் தகவல் பரிமாற்றம் காரணமாகத்தான் கடிதம் என்பது இன்று உயிர் வாழ்ந்து வருகின்றன. என் கருத்துப்படி ஒவ்வொரு மகனும் / மகளும் தன் தந்தை தன் தாய்க்கு எழுதிய ஒரு கடிதத்தையாவது படித்திருக்க வேண்டும். அப்போதுதான் தனது தந்தையும் தாயும் வாழ்ந்த நேசம் புரிய வரும் அவர்களுக்கு. எனவே, மறைந்து வரும் கடித மரபை நிலை நாட்டுவதற்காகவே இப்படி ஒரு உத்தியை நான் தேர்ந்தெடுத்தேன். அவரது எழுத்து பழக்க வழக்கங்கள் பற்றி கேட்டேன்.

“நான் எனது கதைகளை இன்னமும் ஒரு நோட்டுப் புத்தகத்தில்தான் எழுதுகிறேன். ஒரு பகுதியை நான் எழுதி முடித்த பிறகு அதன் ஒரு கமாவைக்கூட நான் மாற்ற மாட்டேன்.” என்று என்னிடம் கூறினார்.

ஒரு படைப்பை எழுதுகிறபோது அதை வாசிக்கப் போகிறவர் யார் என்று எப்போதாவது நினைத்துப் பார்த்ததுண்டா?

சுமார் 20 ஆண்டுகளுக்கு முன்னர் அதுபோல ஒரு சில வாசகர்களை மனதில் கொண்டு நான் எழுதியதுண்டு. அந்த வாசகர்களில் எனது சக எழுத்தாளர்கள் கூட இருந்தார்கள். ஆனால் இன்று எனது வாசகர்கள் உலகம் முழுவதும் பரவியிருக்கிற ஒரு கால கட்டத்தில் நான் என்னை வாழ்க்கையின் எந்தப் பிரச்சினை அதிகமாகப் பிடித்து ஆட்டிப் படைக்கிறதோ அதைப் பற்றித்தான் எழுதுகிறேன். பிறகு பலமாகச் சிரித்து விட்டு அவரது மேனரிசமான தனது தலையைக் கோதி விட்டுக் கொண்டு சொன்னார்: “இப்போது எனது முதல் வாசகன் எனது மனசாட்சிதான். பல நேரங்களில் நான் யாரை அதிகமாக வெறுக்கிறேனோ அவர்களைப் பற்றி அதிகம் எழுதுகிறேன். அதே நேரத்தில் நான் வெறுக்கும் அவர்களைச் சித்திரிப்பதில் உண்மையாகவும் இருக்க வேண்டும். அவர்களிடம் நல்ல பண்புகள் இருந்தால்

அதையும் நான் சொல்லியாக வேண்டும். எனது ஒருதலைப் பட்சமான அபிப்பிராயங்களை அவர்கள் மேல் கொட்டி அவர்களை உருமாற்றி விடக்கூடாது. எனது கவனத்தை கதை நிகழ்வுகளை நகர்த்தி செல்வதைக் காட்டிலும் இலேசில் மறக்க முடியாத மாதிரி கதாபாத்திரங்களை உருவாக்குவதிலேயே செலுத்துகிறேன்."

சிறுகதை, நாவல் ஆகிய இரண்டில் அவருக்கு மிகவும் பிடித்த வடிவம் எது என்று கேட்டதற்கு அவர் சொன்னார்:

"சிதிலப்பட்டு சின்னாபின்னமாகிப் போன வாழ்க்கையை சிறுகதை வடிவமே மிகப் பொருத்தமாகப் பிரதிபலிக்கிறதென நான் கருதுகிறேன். ஆனால் இதில் வேடிக்கை என்னவென்றால், ஒவ்வொரு வாசகனும் சிதிலமாகிவிட்ட தனது அன்றாட வாழ்க்கையிலிருந்து தப்பிச் செல்கிற ஒரு உபாயமாகத்தான் ஒரே சீராக, தொடர்ச்சியாக கதை சொல்லிச் செல்லும் நாவல் வடிவில் தன்னைப் புதைத்துக் கொள்ள முனைகிறான். இது ஒரு விதமான தப்பித்தல். இந்த தப்பித்தலுக்குத் துணை போகிற ஒரு எழுத்தாளராக நான் இருக்க விரும்பாத காரணத்தால்தான் எனது நாவல்களில் அந்த ஒரே சீராகக் கதை சொல்லும் முறையை உடைத்துப் போடுகிறேன். சிதறடிக்கப்பட்ட பல்வேறு விஷயங்களை விருப்பம் போல் முன்பின் மாற்றி சொல்கிறேன். ஆனால் அதற்குள் கண்ணுக்குப் புலப்படாத ஒரு நூலிழை ஓடிக்கொண்டே இருக்கும்."

பெண்ணிய எழுத்து என்று தனிப்பட்ட ஒன்று இருக்கிறதா என்பது பற்றிய காரசாரமான விவாதம் ஒன்றில் ஒருநாள் நாங்கள் ஈடுபட்டோம். எவ்லின் சொன்னார்: "பெண்ணிய எழுத்து என்ற ஒன்றை ஆண்கள்தான் உருவாக்குகிறார்கள். உதாரணமாக செக்ஸ் பற்றி ஒரு கதையில் ஒரு பெண் ஒவ்வொன்றையும் விவரித்து எழுதுகிறபோது அது அவளது சுய அனுபவமாக இருக்கும் என்று நினைப்பதில் சுகம் காண்கிறான் ஆண். அதே நேரத்தில் ஒரு ஆண் செக்ஸ் பற்றி எழுதுகிற போது அது கற்பனை என்று நினைக்கப் பழகியிருக்கிறார்கள். "கடைசி வாக்குமூலம்" எனும் எனது கதை பாதிரியார் ஒருவரின் படுக்கையைப் பகிர்ந்து கொள்ளும் ஒரு பெண்ணைப் பற்றியது. பிறகு அயர்லாண்டில் அதுபோல்

ஒன்று நடந்து அது பெரும் செய்தியாகி விட்டது. அப்போது எல்லோரும் என்னிடம் கேட்டார்கள், “அது எப்படி உனக்கு முன்னரே தெரியும்?” என்று.

“பெண் எழுத்தாளர்களில் அதிக சிக்கலான பிரச்சினைகளைப் பற்றி எழுதுகிறவர்கள் அதிகம் பேசப்படாமல் போகும் வாய்ப்பு அயர்லாந்திலும் அதிகம் உண்டு. அமெரிக்க கருப்புப் பெண் சிறுகதை எழுத்தாளர்களைப் போலவோ, நியூயார்க்கின் யூத எழுத்தாளர் கிரேஸ் பேலே போலவோ நான் என்னைக் கருதிக் கொள்கிறேன். 1950களிலும், 60களிலும் அயர்லாந்தின் ஆண் எழுத்தாளர்களிடம் காணப்பட்ட ஒரு குற்ற உணர்ச்சியினால் அவர்கள் என்ன எழுதினார்களோ அதையே அவர்கள் இன்றும் எழுத வேண்டியதில்லை. எழுத்து என்பது பால் பாகுபாடுகளைக் கடந்து நிற்க முடியாது. உதாரணமாக பெண் என்பவளை ஒரு தாய் என்ற வகையில் கொண்டாடி அவள் மீது ஏராளமான சுமைகளை ஏற்றி வைத்திருக்கிறது சமூகம். அவள்தான் அக்குழந்தையின் உளவியல், கல்வி, உணர்வு நிலை ஆகியவற்றை உருவாக்குவதற்கு முழுப் பொறுப்பாக்கப்படுகிறாள். எனக்கு இரண்டு ஆண் மகன்கள் இருக்கிறார்கள். அவர்கள் இருவரையும் வளர்த்து ஆளாக்கிய பிறகே எனது எழுத்துக்கு நான் என்னை அர்ப்பணிக்க வேண்டியிருக்கிறது. எழுத்து என்பது எதற்கும் கட்டுப்படாத ஒரு சுதந்திர பூமியைக் கோரி நிற்கிறது. இந்த விதத்தில் பெண் எழுத்தாளர்களுக்குக் கூடுதல் தீவிரம் தேவைப்படுகிறது.”

எனது முதல் சந்திப்புக்குப் பிறகு நான் டப்ளினில் இருந்த ஒன்றரை மாத காலத்தில் எவ்லின் கோன்லானைப் பலமுறை சந்தித்தேன். லண்டனுக்கும், பாரிசுக்கும் பறந்து கொண்டிருந்த அவரது இடைப்பட்ட நேரங்களில் ரெஸ்டாரண்ட்களிலும், ஓவியக்கூடங்களிலும், நூல்நிலையங்களிலும் மணிக்கணக்கான இலக்கிய விவாதங்களில் ஈடுபட்டோம். சர்ச்சைக்குரிய பல கருத்துகளைத் தீர்மானமான முறையில், கம்பீர தொனியில் அவர் தெரிவித்தார். அதுபோன்ற கருத்துகளைச் சொன்ன பிறகு குச்சி குச்சியாய் வெட்டி விடப்பட்ட தனது தலை முடியை விரல்களால் கோதி இன்னும் கொஞ்சம் கலைத்து விட்டுக்கொள்ளும் அழகை நீங்கள் பார்த்திருக்க வேண்டும்.

பேசும்போது எப்போதுமே அடுத்த வேலைக்குப் போகும் அவசரத்தில் இருப்பதுபோலவே அவர் தென்பட்டார்.

இப்போதுகூட ஒரு மின்னஞ்சல் வந்திருக்கிறது, அவர் அமைத்து வரும் ஒரு ஓவியக் கண்காட்சி பற்றி.

*

எவ்லின் கோன்லான் படைப்புகள்

கோப்பை நிறைய கடிதங்கள்
(நாவலிலிருந்து சிறு பகுதி...)

நான் குறிப்பாக தைரியசாலி என்று எப்போதுமே அழைக்கப்பட்டதில்லை. இருந்தபோதிலும், தைரியத்துக்கு என்று வரையறுக்க முடியாத ஒரு குணாம்சம் இருக்கிறது. பெரும்பாலும் ஒருவருடைய கோழைத்தனத்தை வேறு யாரும் அறிந்து கொள்ளாத வகையில் அடிக்கடி மறைத்துக் கொள்ள முடியும். நிறைய பேர் தங்களுடைய வாழ்க்கையை மற்றவர்கள் எப்படிப் பார்க்கிறார்களோ அப்படிப் பார்ப்பதில்லை என்பதன் விளைவாக, சிலர் தாங்கள் அஞ்சாமையோடு இருப்பதாகத் தவறாக நினைத்துக்கொள்கிறார்கள்; மிகப் பெரிய துணிச்சலைக் காட்டிய மற்றவர்களோ தங்கள் வாழ்க்கை வெறுமனே வாழப்பட்டதாக நினைத்துக் கொள்கிறார்கள். இந்த இரண்டாவது வகை மாதிரியில் தான் எனது சில செயல்களை நீங்கள் சேர்க்க முடியும் என்று நான் நினைக்கிறேன். நான் எனது கால்களை குதிரையில் ஏறும் கொக்கியில் மாட்டியதனால், மிக்க அறியாமை உள்ளவராகத் தென்படும் டாக்டர் ஒருவர் எனது மெல்லியத் தோலை சந்தேகிக்கும் வகையில் கொடூரமானதும், முரட்டுத்தனமானதுமான முறையில் சிதைக்க அனுமதித்தேன். நான் கதறவில்லை; சொல்லப்போனால்

மெலிதான, சில நாகரிகமான வார்த்தைகளை உதிர்த்து, அவரைப் பதற்றமடையாதிருக்க செய்யக்கூட நான் முயற்சித்தேன்.

"இவை கட்டாயமாக இன்றியமையாதவையா?" (என்னைப் பற்றி இதை நான் உங்களுக்குச் சொல்கிறேன். அப்போதுதான் என்னைப் பற்றி நீங்கள் முழுமையாகத் தெரிந்து கொள்வீர்கள்.) எப்போதுமே, எதுவுமே நடக்காதது மாதிரி என்னை நானே சிங்காரித்துக் காட்டிக் கொள்வதில் ஒரு பயனும் இல்லை). ஆனால் ஒரு செயல் துணிச்சலானதாக இருக்க வேண்டுமானால், அந்தச் செயலைச் செய்யப் போகிற மனிதன் அந்தச் செயல் எந்த அளவுக்கு பயங்கரமாக இருக்கப் போகிறது என்பதைத் தெரிந்து வைத்திருக்க வேண்டும். அல்லது அந்த செயல் அசாதாரணத் தன்மை கொண்டதாக இருக்க வேண்டும் அல்லது அது அந்த மனிதனுக்கு நிகழப் போவதாக இருக்க வேண்டும். இந்த மூன்று நிபந்தனைகளில் எது பொருந்தி வந்தாலும் நான் தகுதியற்றவளாகி விடுவேன்.

ஒருமுறை எங்களது ஆகாயவிமானத்தில் ஒரு ஆபத்தான நெருக்கடி நிலை ஏற்பட்டபோது கூட நான் அளவுக்கதிகமாக அமைதியாக நடந்துகொண்டேன். (அமைதி என்பதை அளவுக்கதிகம் என்று வர்ணிக்க முடியுமா என்று எனக்கு நிச்சயமாகத் தெரியவில்லை), ஆனால் அது எனது தொழில் முறையில் ஒரு கடமை. எனது இருக்கையில் அமர்ந்து மறைவாக அழாமல் இருந்ததை கோழைத்தனம் என்று கூட அழைக்க முடியும். ஒரு பெண் நாயிடமிருந்து அதன் குட்டிகள் பறிக்கப்பட்டு நீரில் மூழ்கடிக்கப்படுகிறபோது எழும்புகிற பெரிய விசும்பல்களையோ, சிறிய கேவல்களையோ நான் வெளிப்படுத்தவில்லை. நான் செய்ய விரும்பியது அதுதான் என்ற போதிலும் கூட, என்னுடன் வேலை செய்பவர்கள் என்னை ஒரு தோல்வியடைந்தவளாக நினைப்பார்கள் என்று அஞ்சினேன். எனவே துணிச்சலற்றவள் என்று என்னை முத்திரை குத்தி விடுவார்கள் என்கிற பயம் என்னை துணிச்சலுள்ளவளாக நடந்துகொள்ளச் செய்தது. அதை நான் உணரவேயில்லை. (உண்மையில், நான் நிஜமாகவே அஞ்சா நெஞ்சுக்காரிதான் என்று எனது மரணப் படுக்கையில் அல்லது படுக்கையில் இல்லாமல் சாகிறபோது அழைக்கப்படுவேன். மக்கள் சூழ்ந்து இருக்கையில், ஒருவரது மனதிற்காக உள்ளேயோ அல்லது

இந்திரன் 81

தோற்றத்துக்காக வெளியேயோ அஞ்சாமை என்பது அப்போது மிகவும் தேவைப்படும். அந்த இடத்தில் கத்திக் கூச்சல் போட்டு என்னை நானே ஒரு கழுதையாக்கிக் கொள்ள நிச்சயமாக விரும்பவில்லை. சொல்லப் போனால், அவ்வளவு தூரம் சமாளித்துக் கொண்டேன் என்று சொன்னால், இன்னும் ஒரு சில நிமிடங்கள் பொறுத்துக் கொள்வது என்பது என்னைக் கொன்று விடப்போவது இல்லை)

ஆனால் துணிச்சல் என்பது எனது பெரிய குணங்களில் ஒன்று அல்ல என்று சொன்னால், சரி, பிற குணங்கள் இருக்கின்றனவே. அவை யாவை என்று எனக்குத் தெரியாது. ஏனெனில் அவை எல்லாவற்றையும், உண்மையில் துளிர் அளவுக்கு, குறைந்த அளவில் தான் கொண்டிருக்கிறேன். ஆனால் இந்த கதை என்னைப் பற்றியது அல்ல. மற்ற மனிதர்கள் இல்லாமல் எனக்கென்று கதை எதுவும் இல்லை. இது எனது பக்கத்து வீட்டுக்காரி கோனி மற்றும் பிற அக்கம் பக்கத்துக்காரர்கள் பற்றியும், அவளுக்கும், எங்களுக்கும் ஒரு ஆண்டில் என்ன நேர்ந்தது என்பதைப் பற்றியதுமாகும். அவள் துணிச்சல்காரியாக இருந்தாள்.

நான் தொடர்ந்து விமானத்தில் பறந்துகொண்டிருந்த காரணத்தால் மற்றவர்களைப்போல நான் அந்த நேரத்தில் இருக்கவில்லை. அந்தத் தெருவில் நடக்கும் விஷயங்களைப் பற்றி கூடுதலாகவோ, குறைவாகவோ தெரிந்து வைத்து இருந்தேன். இதில் கொஞ்சம் இடைவெளிகள் இருந்தது என்னவோ உண்மைதான். சில நேரங்களில் இன்னார் இன்னார் பற்றி என் கணவரிடம் விசாரிக்கிறபோது அவர் என்னைக் கேள்வி கேட்பது போலப் பார்த்து விட்டு, பெரும்பாலும் மிருதுவாக, ஏறக்குறைய மன்னிப்பு கேட்கும் தோரணையில் சொல்லுவார், “நான் உன்னிடம் சொல்லவில்லையா? நான் நினைத்தேன் உன்னிடம் சொல்லி விட்டேன் என்று. அவர் இறந்து விட்டார்.”அத்தகைய விஷயத்தை அவர் சொல்லி விட்டாரா என்பதைப் பற்றி அடிக்கடி விவாதம் செய்வோம். நான் அப்போது கவனம் செலுத்தவில்லை என்றோ அல்லது நான் மறந்து விட்டேன் என்றோ அவர் எனக்கு வலியுறுத்துவார்.

ரத்மைன்ஸ் சாலையில் சியாரனை அனுப்பும் குழந்தைகள் பள்ளிக்குப் பக்கத்தில் என் கணவர் வியாபாரம் செய்து

வருகிறார். அது அவன் போகும் தொடக்கப்பள்ளியிலிருந்து (கில்டாரே இடத்துப் பள்ளி கில்டாரே இடத்தில் இருந்தது: அது ஆசிரியர்களும் குழந்தைகளும் மகிழ்ச்சியாக இருப்பதுபோலத் தெரியும் ஒரு பள்ளி) ஐந்து நிமிட தூரத்திலும், நாங்கள் வசிக்கும் இடத்திலிருந்து பத்து நிமிட நடை தூரத்திலும் இருந்தது. பக்கத்துப் பக்கத்தில் இருந்தவை அனைத்தும் சியாரனை வளர்க்கும் எங்களது வேலையைச் சுலபமாக்கியது.

எனது கணவர் சிறந்த தந்தை; அவரது வயது அவருக்கு இன்னும் உறைக்காத காரணத்தால், குழந்தையை அவரது தம்பி என்று நினைத்துக்கொண்டிருந்தார். சில நேரங்களில் நான் அவர்களைப் பார்த்துப் பொறாமைப்படுவதுண்டு விளையாட்டில் பந்தை வரிசைக் கிரமமாகக் கொண்டு போவது பற்றிய அவர்களது அறிவு, உலகம் இன்னமும் அவர்கள் கையில் இருக்கிற காரணத்தினால் அவர்கள் தங்களது சொந்த துன்பங்களைப் புதைத்து விட முடிகிறது. (உண்மையாகவே அயர்லாண்டு அப்படித்தான் இருக்கிறது, ஆமாம், உலகின் வேறு எந்த இடத்தைக் காட்டிலும், வெறுமனே வித்தியாசப்பட்டுக்கொண்டு).

சியாரனுக்கு ஐந்து வயது நிரம்பியபோது அவனுக்கு அதன் கணக்கு பற்றி எது எது எத்தகையது என்று தெரிந்திருந்தது. அவர்கள் எவ்வளவு தீவிரத்துடன் எடுத்துக் கொள்ளப் பட்டார்கள் என்பது பற்றியும், பந்து விளையாட்டுகளை அவர்கள் எவ்வளவு முக்கியமாக எடுத்துக் கொண்டார்கள் என்பது குறித்து அவர்களைப் பார்த்து நான் பொறாமைப்படுவேன். ஆனால் பெரும்பாலும் அவர்களை எனக்கான வியப்புகளாகவே, என் வீட்டின் தனியான பகுதிகளாகவே நான் கருதினேன். அவர்கள் என்னை எப்படிப் பார்த்தார்கள் என்று எனக்குத் தெரியாது இதுதான் அவர்களுக்கும் எனக்குமான வேறுபாடு. ஒருவேளை என்னை அவர்கள் அவர்களுக்கு வெளியே இருப்பவளாகப் பார்க்காமல் இருக்கலாம். நான் அட்லாண்டிக்கைக் கடந்து வீட்டுக்கு வருகிறபோது மின்சாரப் போர்வை போடப்பட்டிருக்கும், வீடு மாசு மறுவற்று இருக்கும், ஆனால் நான் தூங்கப் போகும்போது அவர்கள் சமையலறையிலிருந்து வெட்கத்துடன் நழுவி விடுவார்கள். ஏதோ அது என்னுடையது என்பது மாதிரி. அவர்கள் அந்த எண்ணத்தை எங்கிருந்து

இந்திரன் 83

பெற்றார்கள் என்று எனக்குத் தெரியாது. ஆனால், நான் நியூயார்க், லண்டன், பாரிஸ், ரோம், மற்றும் சிட்னி என்று பறக்கத் தொடங்கி விடுவேன். வேலையில்லாமல் என்னால் வாழ முடியாது. (எந்தப் பழைய வேலையுமல்ல. இந்தத் தீவிலிருந்து என்னை அவ்வப்போது எடுத்துச் சென்று விடுகிற, இந்தத் தெருவுக்கு உள்ளேயும், வெளியேயும் அனுப்புகிற இந்த ஒரு வேலை) எனவே வெளியே இருக்கும் தன்மை, உள்ளே இருக்கும் தன்மை என்பதெல்லாம் அவை எனக்கு கிடைக்கிறபோதுதான் அர்த்தப்படும். இதைத்தான் நான் நினைக்கிறேன் என்று எனது கணவருக்கோ அண்டை வீட்டுக்காரர்களுக்கோ தெரியுமா என்று எனக்குத் தெரியாது. ஒருவேளை அவர்கள் நினைக்கலாம், எனக்குக் குழந்தை பிறந்த பிறகும் கொஞ்ச காலம் ஏர் லிங்கஸ் வேலையை வெறுமனே வைத்து இருந்தேன் என்றும், அதன் பிறகு விஷயங்கள் எல்லாம் மிக நல்ல விதமாக நடந்தன என்பதாலும், மழலையர் காப்பகத்திலிருந்தும், பிறகு பள்ளியிலிருந்தும் வீடு எப்படி பக்கத்தில் இருந்தது என்பதனாலும், மற்றும் கெவினின் வேலை, ஒரே ஒரு குழந்தை என்கிற உண்மை, அப்பா மிகவும் நல்லவர் ஆகிய காரணங்களினாலும் நான் வேலையில் நிரந்தரமாகத் தங்கி விட்டேன் என்று. முதலாவதாக அவர்களுக்கு ஒன்று புரிவதில்லை. பள்ளிக்கூடம் பக்கத்தில் இருப்பது என்பது ஏதோ யதேச்சையாக நடந்தது அல்ல என்பதையோ (நான் மூன்று மாத கர்ப்பிணியாக இருந்தபோதே, ஒரு நாளைக்கு பன்னிரண்டு தடவை வாந்தி எடுத்துக் கொண்டு, பரவச அதிர்ச்சி நிலையில் நான் அதைத் தேர்ந்தெடுத்தேன்) வேறு எந்த மாதிரியான மனிதரையும் நான் மணந்து கொண்டிருக்க மாட்டேன் என்பதையோ அவர்கள் புரிந்து கொள்ளவில்லை. அவர்களால் எதை கையாள முடியுமோ அதைத்தான் அவர்கள் தெரிந்துகொள்கிறார்கள்.

எனது பந்தம், இரண்டு முறை தவறாகப் போயிருக்கிறது என்பதனால், என்னிடம் ஏதோ தகராறு இருக்கிறது என்று கூடச் சொல்லப்படலாம். இல்லையென்றால் நான் ஏன் இந்த வேலையைத் தேர்ந்தெடுக்க வேண்டும்? எனது பெற்றோர் நான் ஒரு ஆசிரியையாகப் போக வேண்டும் அல்லது குறைந்த பட்சம் அவர்களைப்போல் ஒரு கணக்காளராக அல்லது வழக்குரைஞராக ஆக வேண்டும் என்று நினைத்தார்கள்.

எனக்கு ஒரு வழக்குரைஞருக்கான மூளை இருப்பதாக அவர்கள் நினைத்தார்கள். என்னை ஆரோக்கியமான மனநிலையில் வைக்கக்கூடிய புதிய காற்றுத் துண்டு ஒன்றைச் செதுக்கிக் கொள்ளக் கூடிய மூளை எனக்கு இருப்பதாக நான் நினைத்தேன். அந்தப் புதிய காற்றின் முக்கியமான பகுதி என்பது இயக்கம். மற்ற விமானப் பணிப் பெண்களைப்போல் அல்லாமல், ஏர் லிங்கஸ் விமானப் போக்குவரவில் இருக்கும் நாங்கள், இதை ஒரு வேலையாகக் கருதவில்லை. போவதும், வருவதுமாக இதைக் கருதுகிறோம். ஒவ்வொரு நாளும் எந்த மணி நேரமாக இருந்தாலும், வரப்போகும் ஆண்டுக் கணக்காக எங்கே இருப்போம் என்று நினைத்தபடி வாழ்க்கையைக் கழிக்க முடியாது. நாங்கள் ஒரு வெளியேறிகளாகவும் இருக்க முடியாது. ஏனெனில், அவர்கள் தங்கள் வாழ்க்கையை வாழ்வதைவிட ஒரு ஐரிஷ்காரராக வாழ்வதிலேயே தங்கள் வாழ்க்கையைக் கழித்து விடுகிறார்கள். அயர்லாண்டுக்குள் இயல்பாக ஒரு ஐரிஷாக இருக்க வேண்டிய அவசியம் இல்லை, நாங்கள் சிவப்புத் தலை முடி கொண்டவர்கள், வக்கிரமானவர்கள், ஒல்லியானவர்கள், குடிகாரர்கள், முன்னோடிகள், காலையில் நல்லமாதிரி இருப்பவர்கள், இரவு முழுவதும் விழித்திருக்கும் கலைஞர்கள், மோசமான உணர்ச்சியாளர்கள், அலிகள், உயரமானவர்கள், நாடகத்திற்குப் போகிறவர்கள், வீடற்றவர்கள், அரசியல் பேசுகிறவர்கள். இரண்டின் சிறந்தவைகளையும், எல்லா உலகின் சிறந்தவைகளையும் நான் வைத்திருக்கிறேன்.

நான் எப்போது சந்தோஷமாக இருக்கிறேன் என்பது எனக்குத் தெரியும். காலம் என்பது அதுவாக எனக்கு வாய்ப்பது இல்லை. எப்போதாவது பயணம் செய்வது கட்டாயமாக இருக்கிற ஒரு தொழிலை நான் தேர்ந்தெடுக்க வேண்டும் என்று எனது பெற்றோர் பகட்டாக நினைத்தார்கள். ஆனால் அத்தகைய வேலை எனது கேட்கும் சக்தியையே பாழடித்து விடும் என்று நான் நினைத்தேன். எனக்கு நேர்காணல் வந்ததை அவர்களிடம் சொன்னபோது அவர்களில் ஒருவர் சொன்னார், (எதிரும் புதிருமான சந்தர்ப்பங்களில் எல்லாம் அவர்கள் இருவரும் எப்படி ஒருவருக்குள் ஒருவர் கரைந்துகொண்டு, அதன் உடைக்க முடியாத தன்மையினால் அதிர்ச்சியடைய வைக்கிற கூட்டணியை எப்படி அமைத்தார்கள் என்று என்னால் நினைவில் வைத்துக்கொள்ள முடிவதில்லை) "மகத்துவப்

படுத்தப்பட்ட பரிசாரகர்"என்று. ஆனால் நான் சொன்னது போல எனது பந்தத்தில் ஏதோ பிரச்சினை இருக்கிறது. ஒன்பது மணியிலிருந்து ஐந்து வரை வேலை செய்வதிலெனக்கு விருப்பம் இல்லை (அதாவது எட்டு மணிநேரம் தினந்தோறும் என்றால் ஒருவரின் வாழ்நாள் தொழில் நேரத்தில் கிட்டத்தட்ட எண்பதாயிரம் மணி நேரம் எனது பெற்றோர்களில் ஒருவர் விரும்பிய வேலையில் நான் செலவிட வேண்டும்.

இந்த வேலைதான் நான் விரும்பிய எல்லாவற்றையும் கொடுக்கிறது என்று திடீரென்று யோசித்தேன். பல தெருக்களுக்கு விஜயம் செய்யும் மக்களைக் கொண்ட நகரங்களுக்கு நான் பொருந்தினேன். ஓவியக் கூடங்களுக்கும், அருங்காட்சியகங்களுக்கும் சென்றபோது நான் ஒரு புதிய தன்னம்பிக்கையான உணர்வோடு (நான் ஒரு தனிமையான சுற்றுலாப் பயணி அல்ல என்பதனாலும், எப்போதும் எனக்கென்று ஒரு ஓட்டல் இருக்கிறது என்பதனாலும், பிரச்சினை வந்தால் ஓடி வருவதற்கு மற்ற விமானப் பணிப்பெண்கள் இருக்கிறார்கள் என்பதனாலும் தன்னம்பிக்கை) இருந்தேன். என்னைத் தாங்கிப் பிடிப்பதற்கு என்று எனக்கொரு வேலை இருந்தது. தொடக்கத்தில் மியூஸி டி ஓர்ஸே, ரூடின் மியூசியம், அல்லது செயின்ட் பீட்டர்ஸ் மியூசியம் பற்றியெல்லாம் என் பெற்றோர்களிடம் விவரித்த போது நிராசையாக்கப்பட்ட கனவுகளால் அவர்களது விழிகள் சூழப்பட்டன.

இன்னும் பொருத்தமான முறையில் நான் இந்த இடங்களுக்குப் போவதற்கு எவையெல்லாம் தேவையாக இருக்குமோ அதையெல்லாம் செய்வதற்கு எனக்கு உதவத் தேவையான வசதியுடன் கூட, அதற்குத் தயாராகவும் இருந்தார்கள் அவர்கள். "கடவுளே காப்பாற்று," அவர்கள் நினைத்தார்கள், "இதுபோன்ற பிடிவாதமான பிள்ளையை எங்கிருந்து நாங்கள் பெற்றோம்?" நான் உண்மையாக என்ன சொன்னேனோ அதை அவர்கள் கேட்கவில்லை. நான் ஏற்படுத்திக்கொண்ட தொடர்புகள் பற்றியும், இப்போது என்னால் யாருடைய பெயர்களை அடையாளம் காண முடியுமோ அந்தக் கலைஞர்கள் பற்றியும், காலங்கள், நாடுகள் ஆகியவற்றோடு இப்போது என்னால் பொருத்திப் பார்க்கப்படக்கூடிய ஓவியர்கள் பற்றியும் உணர்ச்சிவசப்பட்டுப் பேசுவதை நான் நிறுத்திக் கொண்டேன். மன்ஹாட்டன் பற்றி பேசுவதைக் கேட்பது

அவர்களுக்கு எளிதாக இருந்தது. அங்கே ஒரு விமானப் பணிப் பெண்ணாக இருப்பது அவர்களுக்குப் பொருத்தமாக இருந்தது. நான் சாதித்திருக்கக் கூடிய மகோன்னதங்களால் குரூரமான முறையில் அவர்களைத் துன்புறுத்துவது சரியாகத் தெரியவில்லை. பாவம் பெற்றோர்கள், வாழ்க்கையில் இரண்டு முறை வாய்ப்பு கிடைக்கப் போவதில்லை என்பதையோ, இப்போது இது அவர்களின் குழந்தையின் முறை என்பதையோ அவர்கள் ஒருபோதும் புரிந்து கொள்ளவில்லை.

ஆனால் இவை அனைத்துமே பல ஆண்டுகளுக்கு முன்னால். விமானங்களில் மக்களைப் பார்ப்பது, சந்திப்பது மூலமாகவும், அனுபவத்தின் மூலமாகவும் பலவகையான படிப்பினைகளை நான் பெற்றேன். வினோதமான உலகத்திற்குள் விமானப் பணிப் பெண்கள் நுழைகிறார்கள். போர் பிரதேசம் போன்ற ஒன்றில் போர்படைத் தலைவனுடன் முழுமையாக அவர்கள் இருக்கிறார்கள். அவர்தான் கப்பலை, நிகழ்ச்சியை நடத்துகிறார். ஓட்டலிலிருந்து வெளியே தங்குவது சரிதானா என்று கூட அவரிடம் நாங்கள் கேட்கிறோம். மிக வினோதமானவற்றை செய்கிற பயணிகளின் பிரதேசமாகிய இன்னொரு இடமும் மக்களுக்கு இருக்கிறது. அந்த முதலாம், இரண்டாம் இடங்களில் ஒருவன் ஒரு குறிப்பிட்ட முறையில் நடந்து கொள்ளவும் அதே நேரத்தில் ஒருவன் தனக்குத்தானே உண்மையாகவேயும் இருந்துகொள்ள முடியும். மூன்றாம், நான்காம் இடங்களும் இருக்கின்றன. (அந்நிய நகரங்களில் விடுமுறைகளில்), வீடுகளைப்போல, அங்கு துணுக்குகளைத் தின்னக் கொடுத்துக் கொண்டிருக்கிறவரையிலும், அவர்கள் உங்களை அறிந்தவர்களைப் போல நடந்துகொள்வார்கள், ஆனால் அவர்கள் உங்களை அறிந்திருக்க மாட்டார்கள். எல்லாமே போதுமான அளவுக்கு எனக்குப் பொருந்தி வருமாறு, வித விதமாக இருப்பவை. ஒரு வாழ்க்கைக்கு அதிகமான வாழ்க்கைகளை அனுமதிக்கிற அளவுக்கு ஒன்றுக்கொன்று தொடர்பற்றவை.

இவற்றால் மக்களை எந்த அளவுக்கு வெறுக்கலாம் என்றும் கூட நான் கற்றுக்கொண்டேன்.

போன வாரம் விமானத்தில், வானத்தில் பறந்துகொண்டிருக்கும் ஒரே பயணி, தான் மட்டும்தான் அங்கு இருப்பது போல,

ஒவ்வொருவரையும் வேலை வாங்கிக்கொண்டு, தனது குழந்தைப் பருவம், திருமணம், வேலை ஆகியவற்றிலெல்லாம் இருந்த போதாமைகளை எங்கள் மீது காட்டிக்கொண்டு இருந்தார். பறப்பது என்பது அவருக்கு கடினமானது. அவருக்குள்ளிருந்த வருத்தங்களை ஒரு சில மணி நேரங்களுக்குள் கொட்டித் தீர்க்க வேண்டி இருந்தது. எப்போதும் அவர் அவற்றை மெதுவாக வெளிப்படுத்துவார். வகை மாதிரிகளாய் நடந்துகொள்வதன் மூலமாக மக்கள் என்னை ஏமாற்றமடையச் செய்கிறார்கள். மியூசியங்களில் தான் தான் அங்கு இருப்பதற்கு உரிமை பெற்றவன் என்பதுபோல வெறியோடு அலைந்து திரிபவர்களை, எனது பயணியைப்போல சிறிது தோன்றுபவரை என்னால் வெறுக்க முடியும். எனக்கு அது பிடிக்கிறது. ஆனால் அதன் மேசை நாற்காலிகள் பற்றி அக்கறை எடுத்துக் கொள்ளாத ஒருவனையும் அது போரடிக்கக் கூடியது என்று தனது தோழியிடம் சொல்லக்கூடிய ஒரு பயணியையும் நான் இதுவரை பார்த்தேயிருக்கவில்லை. "எதுவாக இருக்கிறதோ அதற்காகப் பாராட்ட வேண்டும்" என்று ஆதங்கத்தோடு கூடிய ஒரு குரலில் நான் சொன்னேன், நான் எனக்கு நானே பேசிக்கொள்கிறேன், உண்மையில் வார்த்தைகளை உரத்த குரலில் சொன்னேன், "உன் மூச்சை சேமித்து வை".

*

நீருக்கடியில் ஒரு குரல்

என் செவியில் வைத்துத் தாலாட்டினேன்
ஒரு சங்கைப்போல.
நாம் கடலைச் செவிமடுக்கிறோம்.
இருட்டில் நாம் நமது வழியைத் துழாவிச் செல்கிறோம்
தொலைபேசிக் கம்பிகளின் வழியாக.
நீருக்கடியில் உனது குரலை நான் கேட்கிறேன்.
உனது வார்த்தைகளை நீ பாடுகிறபோது
கம்பி எனது விரலைச் சுற்றி செல்கிறது.
அது மிருதுவாக மணியடிக்கிறது.
எனக்குத் தெரிந்த ஒவ்வொருவரைப் போலவும்
அது எனக்குத் தோன்றுகிறது.
வீடுபோல எனக்குத் தோன்றுகிறது.
அதன் தொட்டில் ஒரு கல்லைப்போல விழுகிறது.
ஒரு மண்டையோட்டைப் போல மீண்டும் திருப்பி வைக்கப்படுகிறது.
இரவு வணக்கம் சொல்வதற்கு முன்னால்
உனது மௌனத்தின் அலையை என்னால் தாங்க முடியவில்லை.
பதிலாக எனக்குள்ளேயே நான் மூழ்கிப்போக விரும்புகிறேன்.
*

எவ்லின் கோன்லான் சில குறிப்புகள்...

எவ்லின் கோன்லான் (1952) அயர்லாண்டின் மொன்கன் எனுமிடத்தில் பிறந்தவர். ஐரிஷ் பெண் எழுத்தாளர்களில் தனக்கெனத் தனி இடம் பிடித்த உலகறிந்த நாவலாசிரியரும் சிறுகதையாளருமாவார். "ஆஸ்டோனா" ASD'ONA எனும் உயர்ந்த ஐரிஷ் கலை இலக்கிய அமைப்பினால் தேர்ந்தெடுக்கப்பட்டு கௌரவிக்கப்பட்டவர். தெளிவான பார்வை, கூர்ந்த கவனிப்புகள், உணர்ச்சிவயப்படாமல் சிந்திக்கும் பாங்கு ஆகியவற்றால் தனது புனைகதைகளில் தனித்துதெரிபவர். தற்போது இவர் எழுதி வரும் RECORDS ON GLOBE STREET எனும் நாவல் அயர்லாண்டில் பெரும் பஞ்சம் வந்தபோது ஒரு பஞ்ச அகதியாக ஆஸ்திரேலியாவுக்குச் சென்ற ஒரு ஐரிஷ் பெண்ணின் இழப்புகளையும் தவிப்புகளையும் பேசுவதாக அமைந்துள்ளது. இவர் தனது கவிதைகளுக்காகவும் உலக அளவிலான பரிசுகளை வென்றிருப்பவர்.

வாழ்க்கை வரலாறு

அயர்லாண்டில் மொனகன் எனும் ஊரில் பிறந்து, அங்கேயே பள்ளிக் கல்வியை முடித்து, டப்ளினிலுள்ள பல்கலைக் கழகக் கல்லூரியில் பயின்று அங்கேயே எழுத்தாளராகத் தங்கி எழுதுமாறு வரவேற்கப்பட்டவர். 1969இல் ஐரோப்பிய பள்ளிகளின் கட்டுரைப் போட்டியில் பரிசு பெற்றவர். தனது 17வது வயதிலேயே இவர் எழுதிய சிறுகதை ஒன்று NEW IRISH WRITING தொகுதியில் வெளி வந்த பெருமை கொண்டவர் இவர். 19 வயதிலேயே கப்பல் மூலமாக சிட்னி நகருக்குச் சென்று ஆஸ்திரேலியாவுக்குக் குடிபெயர்ந்து மூன்று ஆண்டுகளை அங்கு

கழித்தார். அந்த நாட்டில் எங்கு, என்ன வேலை கிடைக்கிறதோ அதைச் செய்து கொண்டு வாழ்ந்தார். ஆஸ்திரேலியாவின் புவியியல் கலைக்களஞ்சியத்திற்கும் அவர் பங்களித்திருக்கிறார். இவர் இந்தியாவுக்கும் விஜயம் செய்து இருக்கிறார்.

1975இல் இவர் அங்கிருந்து திரும்பி வந்தபோது இவரது இரண்டு மகன்களில் முதல் மகன் பிறந்தார். மகனைச் செவிலியர் வசம் ஒப்படைத்து விட்டு தனது இரண்டாம் கட்டப் படிப்பைத் தொடர்ந்தார். இவர் எழுதுவதோடு மட்டும் நில்லாமல் சமூகச் செயல்பாடுகளிலும் தீவிரமாக இறங்கிச் செயல்படுகிறவர். இவர் RAPE CRISIS CENTRE என்பதை நிறுவியவர்.

இவரது முதல் சிறுகதைத் தொகுதி 1987இல் வெளியாகியதைத் தொடர்ந்து இன்னும் இரண்டு சிறுகதைத் தொகுதிகளும் மூன்று புதினங்களும் வெளியாகின. இன்னும் மூன்று தொகுதிகளை இவர் தொகுத்து இருக்கிறார். வானொலி, தொலைக்காட்சி போன்றவற்றில் பல புத்தக விமர்சனங்களும் செய்து இருக்கிறார். எழுத்து, வாழ்க்கைப் பற்றி ஏராளமான ஆய்வுகளை மேற்கொண்டு அவை குறித்த சொற்பொழிவுகளை ஆற்றியிருக்கிறார். அவரது அண்மைக்கால நாவல் காரணமாக அமெரிக்காவில் மரண தண்டனை அடைந்த கைதிகளைச் சந்தித்து உரையாடி மரண தண்டனை குறித்த இரு தரப்பு விவாதங்களையும் கேட்டறிந்து இருக்கிறார். இவரது அண்மைக்கால ஆராய்ச்சிக்காக ஆஸ்திரேலியாவுக்கு இருபது ஆண்டுகள் கழித்து மீண்டும் செல்லக் கூடிய வாய்ப்பினைப் பெற்றிருக்கிறார். இது அவரது மனதளவிலான ஆஸ்திரேலியா குறித்த வரைபடத்தையே மாற்றிப் போட்டிருக்கிறது.

'தொலந்து போதலின் அர்த்த பரிமாணம்.'

இவரது பெரும்பாலான படைப்புகள் தொலைந்து போதல் தொடர்பான தத்துவத்தை அலசி ஆராய்பவை. இடங்களை, மக்களை தொலைத்து விடுகிறபோது ஏற்படும் நெருக்கடிகள் வெறும் இழப்புக் கணக்கு மட்டுமின்றி அது ஏற்படுத்தும் மன — நெருக்கடிகள் தொடர்பானதுமாகும் என்பதைச் சுற்றி இவர் ஏராளமாக எழுதியும், ஆராய்ச்சி உரைகள் நிகழ்த்தியும் இருக்கிறார். பல நேரங்களில் இந்த தொலைந்து போதல் என்பது ஒரு ஆறுதலைக் கொடுக்கக் கூடியதாகவும்

இருப்பதையும், சுதந்திரத்தைக் கொடுப்பதாக இருப்பதையும் இவர் கணக்கில் எடுத்துக் கொள்கிறார். அயர்லாண்டிலிருந்து தொலை தூரத்து இடங்கள், தூரத்து நண்பர்கள் ஆகியவை குறித்த இவரது எழுத்து இவரது A GLASSFUL OF LETTERS நாவலில் ஒரு தனித்துவமான அர்த்த பரிமாணத்தைக் கொடுப்பதைக் காணலாம். குறிப்பாக தூரத்து இடங்களுக்குக் கடிதம் எழுதும் மனிதனின் இன்றைய பாத்திரம் என்ன என்பதை இவரது இந்த நாவல் பேசுகிறது.

தற்போது இவர் அயர்லண்டின் தலை நகரமான டப்ளினில் வாழ்ந்து வருகிறார். இவரது அண்மைக்கால அக்கறை ஓவியம், சிற்பம் குறித்ததாக இருக்கிறது.

வெளியீடுகள்:

சிறுகதை

- Telling
- New and Selected Short Stories. 2000, Blackstaff Press
- Taking Scarlet as a Real Colour
- Short Stories. 1993, Blackstaff Press, Belfast
- My Head is Opening
- Short Stories. 1987 Press, Dublin

புதினம்

- Skin of Dreams
- Novel. 2003, Brandon Press,
- A Glassful of Letters
- Novel. 1998, Blackstaff Press
- Stars in the Daytime
- Novel. 1989, Attic Press (Dublin) and The Women's Press (London)

சிறுகதைத் தொகுப்புகளில் இடம்பெற்ற படைப்புகள்

- Published widely in anthologies throughout the world:
- TransContinental, Paris
- Nouvelles d'Irlande, Quebec
- Serpent's Tail, London
- Sceptre short stories, ed. David Marcus
- Cimarron Review, USA
- The Journal of Irish Literature, USA
- Midland Review, USA
- Fiction International, USA

தொகுப்பாளராக இருந்து தொகுத்த நூல்கள்

- Annaghmakerrig
- Associate editor of the literature sections of book to celebrate twenty five years of work from the Tyrone Guthrie Centre. 2006
- Compiled and edited, 2004. Monaghan Bombing Memorial Anthology, Brandon Press, Kerry.
- Cutting the Night in Two
- Short Stories by 20th century Irish Women. 2001. Edited with Hans Christian Oeser, New Island Press.
- An Cloigeann is a Luach compiled and edited stories, poems and artwork.
- 1998, Limerick Anthology.
- Evelyn Conlon wrote the introduction to the re-release of Mary Lavin's Tales from Bective Bridge.
- Co-editor of Graph Literary Review

மொழிபெயர்ப்புகள்

- French translation of A Glassful of Letters published by Actes Sud, June '99
- under the title Mots Croisés. Individual Short Stories translated widely.

மிண்டர்ட் வாரே (MINDERT WARRE)

டச்சு மொழிக் கவிஞர்

நெதர்லாண்டிலிருந்து ஒரு கவிதைக் குரல்

22 மே மாதம், 1993. காலை ஆறு மணி. கைபேசி புழக்கத்துக்கு வராத காலம். தொலைபேசி பெரிதாக ஒலியெழுப்பித் தூக்கம் கலைத்தது.

சென்னை சோழமண்டல ஓவியர் கிராமத்தில் வாழ்ந்த சிற்பி கே.எம். கோபால் மறுமுனையில் தனது கரகரப்பான தொண்டையைச் செறுமினார். நெதர்லாண்டிலிருந்து ஒரு அபூர்வமான மனிதர் வந்திருப்பதாகவும் அவர் எனது 'SYLLABLES OF SILENCE' எனும் ஆங்கிலக் கவிதைத் தொகுதியைப் பார்த்தவர் என்னை உடனே சந்திக்க விரும்புவதாகவும் தெரிவித்தார். உடனே நான் புறப்பட்டு வர வேண்டும் என்றும் வேண்டிக் கொண்டார்.

பகல் பதினோரு மணிக்கு நான் சோழ மண்டல ஓவியர் கிராமத்துக்குள் நுழைந்தபோது வலப்புறம் இருந்த ஆலமரத்துக்குக் கீழே சில ஓவியர்கள் பி.கோபிநாத், என்.நந்தகோபால், எஸ்.பி.சேனாதிபதி, கே.எம்.கோபால் ஐரோப்பியர் ஒருவருடன் உரையாடி மகிழ்ந்து கொண்டிருந்ததைப் பார்த்தேன். தொலைபேசியில் குறிப்பிடப்பட்ட அந்த அபூர்வ மனிதர் அவராகத்தான் இருக்க வேண்டும் என்று ஊகித்துக்கொண்டேன்.

என்னை எல்லோரும் அவரிடம் அறிமுகம் செய்து வைத்தார்கள். அவரைப் பற்றியும் அறிமுக

வார்த்தைகளைச் சொன்னார்கள். ஒருவர் சொன்னார், "அந்த நெதர்லாண்டுக்காரர் ஒரு பெரிய கலை ரசிகர்" என்று. இன்னொருவர் சொன்னார், "பல இந்திய ஓவியர்களின் படைப்புகளைக் கொண்ட கண்காட்சிகளை நெதர்லாண்டில் நிகழ்த்தியவர்" என்று. இவர்களின் அறிமுகங்கள் முடிந்த பிறகு கைகுலுக்கி என்னிடம் தன்னைத் தானே அறிமுகம் செய்து கொண்டார் அவர்.

"நான் ரிட்ஸ் டி கூனிங் (RITSKE DE KONINGH). "மிண்ட ட் வாரே" (MINDERT WARRE) எனும் புனை பெயரில் எழுதும் டச்சு (DUTCH) மொழிக் கவிஞன்."

டச்சு என்ற வார்த்தையைக் கேள்விப்பட்டதும் உலகைத் தனது தூரிகையால் மயக்கிய ஓவியர் ரெம்ப்ரேண்ட்தான் என் நினைவுக்கு வந்தார். அடுத்ததாக ஓவிய வெளிப்பாட்டில் தன் சுயத்தைக் கட்டிக் காப்பதற்காக தன் வாழ்க்கையையே அர்ப்பணித்த வின்செண்ட் வேன்கோ ஒரு டச்சுக்காரர்தான் என்பது நினைவுக்கு வந்தது. இதற்கு அடுத்ததாக வரிசை வரிசையாய்ப் பூத்து வண்ணங்களை வாரி இறைக்கும் ட்யூலிப் மலர்களின் காட்சி என் நினைவில் படர்ந்து நெஞ்சை நிறைத்தது. ஆனால் டச்சு மொழி இலக்கியத்தின் ஒரு வரி கூட என் நெஞ்சில் நிழலாடவில்லை. ஏனெனில் டச்சு இலக்கிய உலகம் தமிழனுக்கு ஒரு பூட்டப்பட்ட அறையாகவே இன்னமும் இருந்து வருகிறது. உலகக் கவிதைகளின் தமிழ்மொழி பெயர்ப்புத் தொகுதிகளில் டச்சு இலக்கியத்திலிருந்து ஒரு எழுத்து கூட மொழிபெயர்க்கப்பட்டு இடம்பெறவில்லை என்பது அந்த நெதர்லாண்டுக் கவிஞரோடு கைகுலுக்கியபோது நெஞ்சை சுட்டது. நான் சந்திக்கும் முதல் டச்சு மொழிக் கவிஞர் மிண்டர்ட் வாரே என்பது என்னைப் பரவசப்படுத்தியது. "மிண்டர்ட் வாரே எனும் உங்களது புனைபெயருக்கு டச்சு மொழியில் அர்த்தம் என்ன?" இலேசான புன்னகையுடன் சொன்னார், "மிண்டர்ட் வாரே என்று டச்சு மொழியில் சொன்னால், அதன் அர்த்தம் அவ்வப்போது தன்னைக் கனவுகளில் இழந்து விடுபவன்" என்பதாகும்.

பதினெட்டு ஆண்டுகளுக்கு முன்னால் மிண்டெட் வாரேயுடனான எனது சந்திப்பு இன்னமும் என் கண்ணிலேயே நிற்கிறது. நெதர்லாண்டை சேர்ந்த அவர் உயரமாக இருந்ததில்

எனக்கு ஆச்சரியம் இல்லை. யாரோ எனக்குச் சொல்லி இருந்தார்கள் ஐரோப்பாவிலேயே அதிக உயரமானவர்கள் டச்சுக்காரர்கள் தான் என்று. தமிழ்நாட்டு வெயிலில் அவரது முகம் சிவந்து போய்க் காணப்பட்டது. முகத்துக்குப் பொருந்தாத சற்று அளவுக்கு அதிகமான நீளமான மூக்கு. இங்குள்ள வெப்பத்துக்கு ஏற்ற அரைக்கை பருத்தி சட்டையை தொள தொளவென அணிந்திருந்தார். கரு நீலத்தில் சிறு புள்ளிகள் போடப்பட்ட அந்த சட்டை அவருக்கு எடுப்பாக இருந்தது.

சென்னையில் இருந்த காலம் முழுவதும் அவருடன் நெருங்கிப் பழக முடிந்தது. அவரை அவரது முதற் பெயரான ரிட்ஸ் என்பதைச் சொல்லி அழைக்கத் தொடங்கினேன். அவர் எனது வீட்டுக்குப் பல முறை வருகை புரிந்தார். நான் அப்போது INDIAN EXPRESS நாளேட்டில் வாரம் தவறாமல் கலை இலக்கியம் பற்றி எழுதி வந்தேன் என்பதால் ஒரு வாரம் மிண்டர்ட் வாரே பற்றி A POETIC VOICE FROM NETHERLANDS என்று ஒரு கட்டுரை எழுதி அது பிரசுரமானது.

ஒருநாள் அவருடன் நீண்ட ஒரு நேர்காணலைச் செய்து அதை ஒரு சிறிய ஆங்கில வெளியீடாக எனது யாளி பதிவின் மூலமாக வெளியிட்டேன். டச்சு மொழியும், அதன் இலக்கியமும் தமிழில் முழுக்க முழுக்க ஒரு அறியப்படாத பிரதேசம் என்பதாக இன்றைக்கும் இருப்பதால் ஆங்கிலத்தில் நான் எழுதிய அவரது நேர்காணலின் தமிழ் வடிவத்தை இப்போது உங்களுடன் பகிர்ந்துகொள்ளலாம் என்று நினைக்கிறேன்.

*

‘மிண்டர்ட் வாரே’யுடன் ஒரு நேர்காணல்

கேள்வி: ஒரு டச்சு மொழிக் கவிஞரை தமிழ்நாட்டில் வைத்து சந்திப்பதில் பெரு மகிழ்ச்சி அடைகிறேன் என்று சொல்லும் அதே நேரத்தில் தமிழில் ஒரு டச்சு மொழிக் கவிதை வரியைக்கூட நான் அறிந்ததில்லை என்பதையும் உங்களிடம் வெளிப்படையாக நான் சொல்லலாமா?

பதில்: நல்லது. அப்படி ஒரு வருத்தம் உங்களுக்கு இருக்குமானால் எனக்கு மிகவும் பிடித்தமான ஒரு தற்கால டச்சு மொழிக் கவிதை ஒன்றை உங்களுக்கு எனது நினைவிலிருந்து சொல்லி உங்களைக் களிப்பில் ஆழ்த்த விரும்புகிறேன். எட் ஹூர்னிக் (ED HOORNIK) எனும் இந்த கவிஞர் ஆம்ஸ்டெர்டாம் சிந்தனைப் பள்ளியைச் சேர்ந்தவர். 1970இல் இறந்து போனார். இவரது இந்தக் குறிப்பிட்ட கவிதை எப்போதும் எனக்குப் பிடித்தமானது.

“நான் ரயில் நிலையத்துக்குச் சென்றேன்.
யாரையும் வழி அனுப்ப அல்ல.
அல்லது எனது பயணம் ஒன்றைத் தொடரவும் அல்ல.
எங்காவது போக வேண்டும் எனும் குறிக்கோளுக்காக வாழ்கிற
எல்லா மக்களுக்கும் மத்தியில் வெறுமனே
நான் நிற்க வேண்டும் என்பதற்காக.”

டச்சு மொழிக் கவிதை என்பது நெதர்லாண்டுக்கு மட்டும் சொந்தமானதல்ல. பெல்ஜியம், சுரிநாம், தென்னாப்பிரிக்கா, இந்தோனேஷியா என்று டச்சுக் காலனியாதிக்கம் இருந்த நாடுகளிலிருந்தும் கூட பங்களிக்கப்படுகிறது. இடைக்காலத்தில்

டச்சுக் கவிதை மிகவும் ரொமாண்டிக்கானதாகவே இருந்தது, பிரபுக்களின் கேளிக்கைக்காக நிறைய காதல் கவிதைகள் எழுதப்பட்டன. குதிரை வீரர்கள் மிகவும் உணர்ச்சிக் கொந்தளிப்பானவர்களாக இருந்ததால் அவர்களுக்கு ரொமாண்டிக்கான கவிதைகள் தேவைப்பட்டன.

ஆனால் 1530—இல் அச்சு இயந்திரம் ஐரோப்பாவில் கண்டுபிடிக்கப்பட்ட பிறகு கதை மாறிவிட்டது. கவிஞர்களின் கற்பனை நயங்களை இப்போது பிரபுக்கள் மட்டுமின்றி சாதாரண மக்களும் ரசிக்கும் வாய்ப்பு கிடைத்தது. இப்போது மக்களுக்கான கவிஞர்கள் தோன்றினார்கள். 17—ஆம் நூற்றாண்டில் டச்சு கவிதையின் தந்தை என்று கருதத்தக்க ஒருவர் தோன்றினார். அவர்தான் ஜூஸ்ட் வேன் டென் வோண்டல் (JOOST VAN DEN VONDEL)

இவர் ஓவிய மேதை ரெம்ப்ரேண்டின் நெருங்கிய நண்பர். கிரேக்க கவிதைகளினால் அதிகம் பாதிக்கப்பட்டிருந்த இவர் பல டிராஜிடிகளையும், காமிடிகளையும் எழுதினார். ஷேக்ஸ்பியர் இங்கிலாந்தில் செய்தது போல இவர் மக்களுக்கான பல நாடகங்களை எழுதினார்.

கேள்வி: 18, 19ஆம் நூற்றாண்டு டச்சு இலக்கியம் பற்றி சொல்லுங்கள்?

பதில்: இந்த இரு நூற்றாண்டுகளில் நெதர்லாண்டு மிகவும் பணக்கார நாடுகளில் ஒன்றாகத் திகழ்ந்தது. பிரிட்டிஷ்காரர்களின் கடல் வாணிபத்துக்கு டச்சுக்காரர்கள்தான் மிகப் பெரிய முன்னோடிகளாகத் திகழ்ந்தார்கள். இந்த காலகட்டத்தில் டச்சு மொழிக் கவிதை மிகவும் மேட்டிமைத் தன்மை கொண்டதாக மாறியது. எங்களது கவிஞர்கள் பாதலேர், பால் வெலேரி, ஆர்தர் ரைம்போ போன்ற பிரெஞ்சுக் கவிஞர்களால் மிகவும் பாதிக்கப்பட்டனர். என்றாலும் கூட, கவிதை ஒரு தேக்க நிலையைத்தான் அடைந்திருந்தது என்று சொல்ல வேண்டும். 19—ஆம் நூற்றாண்டில் சுமார் 30, 40 ஆண்டுகளுக்கு முக்கியமான மாற்றங்களே இல்லை. சொல்லப்போனால் இரண்டு உலகப் போர்கள் வந்து எல்லாம் கதி கலங்கிப் போனதன் பின்னால் தான் டச்சு மொழிக் கவிதையில் பல அதிரடி மாற்றங்கள் நிகழத் தொடங்கின என்றுதான் சொல்ல வேண்டும்.

1950இல் ஐந்து புரட்சிகரமான கவிஞர்களின் குழு ஒன்று பிரபலமாக இயங்கியது. இவர்கள் "டச்சு கவிதையின் "ஐந்து புலிகள்" (FIVE TIGERS OF DUTCH POETRY) என்று அழைக்கப்பட்டனர்.

இவர்களில் முக்கியமானவரான லூஸ்பெர்ட் (LUCEBERT) என்பவர் கவிஞரும் ஓவியருமாவார். இவர் எக்ஸ்பிரஷனிச வெளிப்பாடுகளுடன் தனது கவிதைகளைப் படைத்தார்.

அடுத்ததாக ஆம்ஸ்டர்டாமிலும், ஸ்பெயினிலும் வாழ்ந்த பெர்ட்ஸ் கியர்பீக் (BERT SEHIERBEEK). இவர் குறைக்கப்பட்ட கவிதை (REDUCED POETRY) எனும் கருத்துருவாக்கத்தை முன் வைத்து தன் கவிதைகளை எழுதினார். காதல், மரணம் ஆகியவை குறித்து ஒரு ரிஷியைப் போல ஏராளமான கவிதைகளை எழுதினார். டச்சு மொழியின் முதல் பரிசோதனை உரைநடையை எழுதியவர் இவர்தான்.

கெரிட் கொவினா (GERRIT KOUWENAA) ஒரு பகுத்தறிவுக் கவிஞர். இவர் ஒரு அமைப்பியல்வாதியும்கூட.

இதன் பிறகு எனக்கு மிகவும் பிடித்த எட் ஹர்னிக் (ED HOORNIK) எனும் கவிஞர் மிகவும் அமைதியான தொனியில் எளிமையில் மிகுந்த ஆற்றல் கொண்ட கவிதைகளை எழுதினார்.

ஐந்தாவதாக மிருதுவான கவிதைகளின் தலைமகன் என்று பாராட்டப்பட்ட ஜேம் ரெம்கோகேம்பெர்ட் (JAM REMCO CAMPERT). இந்த ஐந்து புலிகள் பல விளம்பர யுக்திகளையும் கூடச் செய்து கலகம் செய்தனர்.

கேள்வி: ஐந்து புலிகளின் கலகங்களில் ஒன்றைச் சொல்ல முடியுமா?

பதில்: நிச்சயமாக. இவர்கள் ஒரு குழுவாக இணைந்த பிறகு தங்கள் கவிதைக் கோட்பாடு குறித்த ஒரு அறிக்கையைத் தயாரித்தனர். கவிஞர் லூஸ்பெர்டைத் தங்களது அரசராகத் தேர்ந்தெடுத்தனர். ஒரு அரசருக்குரிய மணிமுடி, ஆடை அணிகலன், வாள் போன்ற வேடம் தரித்து அப்போதிருந்த பண்பாட்டு அமைச்சரிடம் தங்களது கவிதை அறிக்கையைக் கொடுக்க தெருவில் ஊர்வலமாகச் சென்றனர். அப்போது

அவர்கள் அரசாங்க அலுவலகக் கட்டடத்திலிருந்து தூக்கி எறியப்பட்டனர். அவர்களுக்குத் தேவையான விளம்பரமும் அவர்களுக்குக் கிடைத்தது.

கேள்வி: உங்களது கவிதை எந்த திசையில் பயணிக்கிறது?

பதில்: நான் எனது பதினாறு வயதிலிருந்து கவிதைகள் எழுதி வருகிறேன். ஆனால் நான் ஒரு சுறுசுறுப்பற்ற கவிஞன் என்று என்னைக் குறிப்பிட்டுக் கொள்வது வழக்கம். எனது "குலுக்கப்பட்ட கலைடாஸ்கோப்" (SHAKEN KALAEIDOSCOPE) எனும் முதல் கவிதைத் தொகுப்பில் குறைக்கப்பட்ட கவிதை வடிவத்தை முயற்சி செய்து பார்த்தேன். ஆனால் எனக்குள்ளிருக்கும் ஏதோ ஒன்று இத்தகைய கட்டுப்பாட்டுக்குள் என்னை அடங்க மறுக்கிறது. எனது கவிதையில் நான் என்னையே பார்த்து நகைத்துக் கொள்கிறேன். தன்னைத்தானே ஒரு சுய பரிசோதனைக்கு ஆட்படுத்திக் கொள்வதன் மூலமாக ஒரு புதிய தரிசனம் கிடைக்கிறது. உன்னைச் சுற்றிப் பார். நீ எங்கே போகிறாய்? ஓடைகள் எது நோக்கி நகர்கின்றன?நான் ஏன் உழைக்க வேண்டும்? இத்தகைய வினாக்களுக்கு விடை தேடுகிறபோது நம்மிலிருந்தே நாம் ஒரு வேடிக்கையை உற்பத்தி செய்கிறோம். எனவே எனக்கென்று ஒரு வடிவமும், நகைச்சுவைக்கு இடம் தரும் ஒரு கவிதைத் தொனியையும் நான் என் எழுத்துகளில் தேர்ந்தெடுக்கிறேன்...

கேள்வி: பாண்டிச்சேரி கடலும், கடற்கரையும் எனது கவிதைகளில் அடிக்கடி உள் நுழைவதுபோல உங்களது கவிதைகளிலும் கடல் குறித்த குறிப்புகள் நிறைய வருகின்றனவே. காரணம் என்ன?

பதில்: ஆமாம். அதைத் தவிர்க்க முடியாது. டச்சுக்காரர்கள் கடலோடு சதா சர்வ காலமும் போராடிக்கொண்டே வாழ்பவர்கள். ஏனெனில் நெதர்லாண்டின் முக்கால் பாகம் கடல் மட்டத்துக்குக் கீழேதான் இருக்கிறது. எனவே கடல் நீர் ஊருக்குள் வரக்கூடாது என்று கி. மு. 2000 ஆண்டிலேயே டைக்ஸ் (DYKES) எனும் சுவர்களை எமது மக்கள் கட்டி இருக்கிறார்கள். நான் சிறுவனாக இருந்தபோதே சிறு பாய்மரக்

கப்பல் ஒன்றில் பயணம் செய்தவன். நானும் எனது தாத்தாவும் கடலில் அடிக்கடிப் பயணம் செய்வோம். எனது வாழ்நாள் முழுவதும் நான் கடல் பயணங்களை மேற்கொண்டவாறே இருக்கிறேன். அதனால்தான் நான் அடிக்கடி கடலிடம் கவிதைகளை யாசிக்கிறேன்.

*

'மிண்டர்ட் வாரே'யுடன் எனது சிறு நேர்காணல் முடிந்தபோது லெய்டன் நகரத்துக் குளிர் என்னைத் தாக்கியது. இதற்குப் பிறகு நீண்டநாள் கழித்து 2003 இல் நான் நெதர்லாண்டுக்குச் சென்றபோது, நானும் என் நண்பர் காலின் ஆடம்சும் காரில் வேகமாக உட்ரெக்ட் எனும் ஓர் அழகிய சிற்றூரைக் கடந்து சென்றுகொண்டிருந்தோம். காலின் ஆடம்ஸ் என்னிடம் சொன்னார்: "இதுதான் உங்கள் நண்பர் கவிஞர் மிண்டர்ட் வாரேயின் ஊர்" என்று. தேங்காய்ப் பூ தூவலாய் பனி எங்கும் பொழிந்து கொண்டிருந்தது. என் மனதில் மிண்டர்ட் வாரேயின் நினைவுகள். அவரது முகவரி என்னிடம் இல்லை. கவிதை வரிகள் மட்டுமே நினைவில் தேங்கி இருந்தன.

*

மிண்டர்ட் வாரே படைப்புகள்

இலையுதிர்கால ஞாயிற்றுக்கிழமை

இன்று காலை ஜன்னல் வழியே
வெளியே பார்த்து யோசித்தேன்.
இன்று என்னை நிறைய சூரிய வெளிச்சம் வரவேற்கிறது.
மேலும் அது ஞாயிற்றுக்கிழமை.
ஆனால் நான் தேவாலயம் போகவில்லை.
வாரக் கடைசியின் சிறிது சோம்பலை வீட்டிலிருக்கும் செல்லப்
பூனைக்குட்டியுடன் பகிர்ந்து கொள்கிறேன்.
கடவுள் ஆசீர்வதிப்பாராக.
வீட்டுக்குள் சூரிய வெளிச்சமும் வெது வெதுப்பும் இருக்கும்போது
எனது உள்ளுணர்வுடன் அது ஒத்துப் போக வேண்டும்
என்று ஒருவன் உணர்ந்து கொள்கிறான்.
"ஆமாம்", இன்று காலை
புத்தம் புது உடையினால் பழைய எலும்புகளை மூடியபடி.
ஆனால் முகம் இன்னும் அதன் வெளிச்சத்திலேயே.
சூரியனையும் புத்தம் புதுக் காற்றையும் விழுங்கியபடி
எனது விருந்தாளியாக,
எனது நண்பனாக,
எனது வாரிசாக
ஒவ்வொரு ஞாயிற்றுக்கிழமையும் இருக்குமா?

*

சென்ற ஞாயிற்றுக்கிழமை

பனி விழுந்தது.
பாதி நாளுக்குள் உடனே உருகிவிட்டது.
ஆமாம் இந்த நாட்டில்
பருவங்கள் கச்சிதமாக அமையாமல் குழப்புகின்றன.
அவை உடனுக்குடன் மாறுகின்றன பல காரணங்களுக்காக. –
இதற்காக எந்த வித மன்னிப்பும் கேட்காமல்.
தெருவிலிருக்கும் மக்களும் கவலைப்பட்டதாகத் தெரியவில்லை.
எதிர்பாராத பருவங்கள் குத்துச் சண்டை போடுவதை
அவர்களும் ஒத்துக்கொண்டு வழிபடச் செய்கிறார்கள்.
இலைகளற்ற கிளையில் கூடு கட்டி
முட்டையிடத் துணிகின்ற பறவைகளை
அப்பாவித்தனமாகக் கண்டு கொள்ளாமல் விடுகிறார்கள்.
பனி வந்தது உடனே கரைந்து விட்டது.
இதை ஒரு புகைப்படம் எடுத்து
(நான் வாழும் இடத்திலிருந்து ஆறு மணி நேரம் தள்ளி வாழும்)
என் இனிமையான காதலிக்கு
என்னால் அனுப்ப முடியவில்லை.
ஆனால் ஒரு முறையாவது அவள் என்னுடன் இருப்பாள்
இந்த பனித் துகள்கள் கரைந்து போகிற நேரத்தில்.
*

மிண்டர்ட் வாரே சில குறிப்புகள்...

மிண்டர்ட் வாரே (1946) நெதர்லாண்டைச் சேர்ந்த டச்சு மொழியில் எழுதும் கவிஞர். இவரது "குலுக்கப்பட்ட கலைடாஸ்கோப்" (SHAKEN KALEIDASCOPE) எனும் கவிதைத் தொகுப்பு 1996இல் வெளியிடப்பட்டது.

இவரது அடுத்த நூலான "எங்கே பண்பாடுகள் சந்திக்கின்றன: வண்ணங்களைக் குழைப்பது" (WHERE CULTURES MEET: MERGING COLOURS) எனும் நூல் 1997—இல் வெளியிடப்பட்டது. கவிதை மட்டுமின்றி பல்வேறு பண்பாடுகளுக்குள் உரையாடல்களை உருவாக்குவது, ஓவியக்கலை குறித்த பல கண்காட்சிகளை பல்வேறு நாடுகளில் அமைப்பது போன்ற பண்பாட்டு நிகழ்வுகளில் தனி அக்கறையுடன் செயல்படுபவர் இவர்.

வாழ்க்கை வரலாறு

நெதர்லாண்டில் உட்ரெக்ட் எனும் ஊரில் பிறந்தவரான இவர் தனது 16ஆவது வயதிலிருந்தே கவிதை, சிறுகதை ஆகியவற்றை எழுதி வருகிறார். இவரது 17வது வயதில் கண்டு கேட்டு அனுபவித்த ஓடியன் போப், எரிக் டால்ஃபி, ஹேன் பானின்க், மிசிஹா மங்கல்பெர்க் போன்றவர்களின் இசை நிகழ்ச்சியினால் இசையின்பால் பெரிதும் கவரப்பட்டார். எனவே இவர் இசைக்கலையின் வளர்ச்சியிலும் அக்கறை கொண்டு அது குறித்து தனது பங்களிப்புகளைச் செய்து வருகிறார். பி.பி.சி.யின் புகைப்படக் கலைஞரான காவே கொலிஸ்டான் (KAVEH GOLESTAN) இராக்கில் புகைப்படமெடுக்க சென்றபோது புதைகுண்டு வெடித்து மரணமடைவதற்கு முன்பு இவரது

உட்ரெக்ட் நகரில் அவருக்கு ஒரு புகைப்பட கண்காட்சியை அமைத்து கொடுத்தவர் மிண்டர்ட் வாரேதான்.

எழுதிய நூல்கள்

கவிதை

1996   Shaken Kalaidascope-Poetry Collection Ware Arts Publication, Netherlands

உரையாடல்

1990   A Poetic Voice From Netherlands-A Conversation with Indran, Yali Print Publication, India

கட்டுரைகள்

1997   Where Cultures Meet-Merging Colours

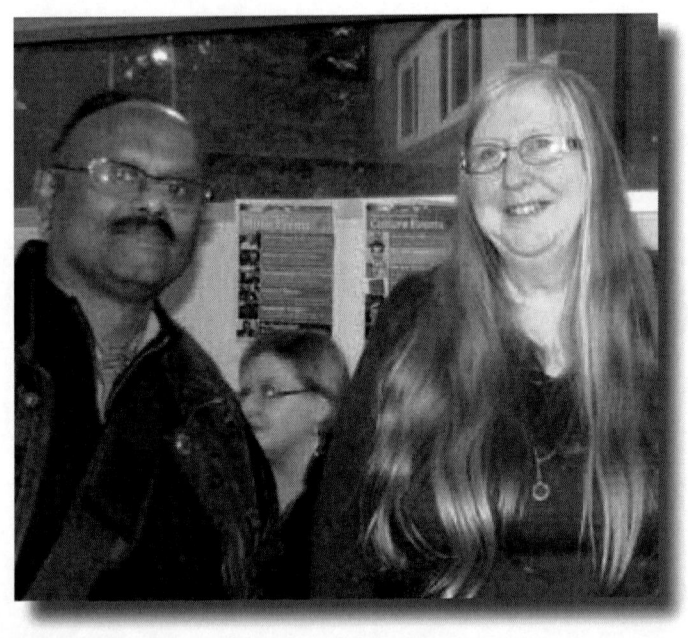

எலைன் நி க்யூலினன் (EILEAN NI CHUILLEANAIN)

ஐரிஷ் கவிஞர்

சூரிய மீன் பேசும் மறைபுதிர்க் கவிதைகள்

சூரிய மீன் பேசும் மறைபுதிர்க் கவிதைகள் "பன்றிகளை விலை கூவி விற்பதற்கு மட்டுமே ஆங்கிலம் லாயக்கான மொழி. அதனால் ஆங்கிலத்தில் நான் இனியும் கவிதை எழுதப்போவதில்லை." என்றார் மைக்கேல் ஹார்ட்னெட் எனும் ஐரிஷ் மொழி மகா கவி.

மேற்கண்டவாறு பேசப்பட்ட அயர்லாண்டில் இன்று உலகையே தங்கள் ஆங்கிலக் கவிதைகளால் ஆட்டிப்படைக்கும் ஐரிஷ் கவிஞர்கள் தோன்றி விட்டார்கள். இன்று வாழும் ஐரிஷ் கவிஞர்களில் மிக முக்கியமான பெண் கவிஞர் எலைன் நி க்யூலினன் (EILEAN NI CHUILLEANAIN). அயர்லாண்டில் தனிப்புகழ் பெற்றவர். இவர் டொரொண்டோவின் சர்வதேச கிரிஃபின் கவிதை விருது (THE INTERNATIONAL GRIFFIN POETRY PRIZE-2010) பெற்ற பிறகு உலகம் முழுவதும் வியந்து பாராட்டப்பட்டவரானார். இவரை நான் சந்திக்க நேர்ந்தது ஒரு இனிய அனுபவம்.

உருண்டு திரண்ட முகம். காதுகளை மறைத்து அருவி போல் விரித்து விடப்பட்ட தங்க நிறக் கூந்தல். பாலடைக் கட்டிப் பற்கள் தெரியும் குழந்தைச் சிரிப்பு. கொஞ்சம் கண்டிப்பைக் காட்டும் மூக்குக் கண்ணாடி. எழுபது வயதைத் தொடும் முதிர்ச்சியினால் கனத்த

சரீரம். பருமனான உடம்புக்கு உயரம் கொடுக்கும் ஒரு கம்பீரம். ஒரு விதத்தில் அவர் ஒரு மூத்த கவிஞர் என்பதைப் பறைசாற்ற அது உதவியது என்று கூடச் சொல்லலாம். உலகப்புகழ் பெற்ற ஐரிஷ் பெண் கவிஞர் எலைன் நிக்யூலினன் (EILEAN NI CHUILLEANAIN) முதல் சந்திப்பிலேயே என்னைப் பெரிதும் கவர்ந்தார். அவர் பெயரைச் சரிவர உச்சரிப்பதில் நான் வெகுவாகத் திண்டாடினேன். என் பெயரை உச்சரிப்பதிலும் அவர் திண்டாடவே செய்தார் என்பதுதான் கொஞ்சம் ஆறுதலான விஷயம்.

செப்டம்பர் 2010இல் அயர்லாண்டின் டப்ளின் நகரத்தின் இருள் கவியும் ஒரு மாலை நேரத்தில் நடந்த ரெனிலா கலை விழா (RENELAUGH ART FESTIVAL) ஒன்றின் பரபரப்பான சூழலில்தான் அவரை நான் சந்தித்தேன்.

செல்லப் பிராணிகளான அல்சேஷன் நாய்கள், மார்போடு அணைத்துக்கொள்ளப்பட்ட புசு புசு பூனைகள் ஆகியவற்றுடன் ஏராளமான ஆண்களும், பெண்களும் கவிதை வாசிப்பு ஒன்றுக்குக் கூடியிருந்ததைப் பார்த்தபோது நான் அதிசயித்துப் போனேன். அரங்கிற்கு வெளியே வழங்கப்பட்ட சிவப்பு ஒயினை சுவைத்தபடி கவிஞர்களும், கவிதை விசுவாசிகளும் உரையாடி மகிழ்ந்து கொண்டிருந்தார்கள். நானோ அந்நியன். அத்தனை ஐரோப்பியர்களுக்கு மத்தியில் ஒரே ஒரு கருப்புத் தோல் இந்தியன். என் கழுத்தில் தொங்கிய காமிரா என்னை மிகவும் அந்நியனாக உணர வைத்தது. அங்கு நடக்கவிருக்கும் கவிதை வாசிப்பில் நான் படிப்பதற்காக வைத்திருந்த எனது கவிதைகள் மட்டுமே அவர்கள் மத்தியில் எனக்கு ஒரு இடம் உண்டு என்று மகிழ்ச்சியையும் தன்னம்பிக்கையையும் கொடுத்தன. நான் அங்கு சைஃபர் இதழை மேசை மீது பரப்பி விற்றுக் கொண்டிருந்தவர்களிடம் சென்று என்னை அறிமுகப்படுத்திக் கொண்ட போது அவர்கள் என்னை வரவேற்று பரபரப்பாக இருந்த கவிஞர் எலைன் நிக்யூலினனிடம் அழைத்துச் சென்று அறிமுகப்படுத்தினர். என்னைக் காட்டிலும் படு உயரமாக இருந்த அவர் சற்றே குனிந்து புன்னகைத்தபடி கை குலுக்கினார். கவிஞராகிய அவரது கணவரிடமும் முக்கிய கவிஞர்களிடமும் அறிமுகப்படுத்தினார்.

110 தோட்டத்து மேசையில் பறவைகள்

*1975*இல் தொடங்கப்பட்ட சைஃபர் (CYPHER) எனும் முக்கியமான ஐரிஷ் இலக்கிய இதழின் 25வது ஆண்டு விழாவைக் கொண்டாடவே அங்கு அனைவரும் கூடி இருந்தார்கள். எலைன் நி க்யூலினன் தனது கணவரும் கவிஞருமாகிய மெக்டாரா உட்ஸ் (MACDARAWOODS), கவிஞராகிய பியர்ஸ் ஹட்சின்ஸன் (PEARS HUTCHINSON) ஆகியோருடன் இணைந்து சைஃபர் இதழைத் தொடங்கினார். சூன்யம் என்பதைக் குறிப்பதான ஒரு அரபிச் சொல்லை இதழின் பெயராகத் தேர்ந்தெடுத்ததன் காரணமாக, க்யூலினன் எங்கேயும் நங்கூரமிட்டுத் தேங்கி விடாமல் பாய்மரம் விரித்துப் பயணம் மேற்கொள்ள ஒரு களமாகத் தனது இலக்கிய இதழை முன் வைத்தார். தனது கவிதைகளின் குணாம்சமான அர்த்தங்களை ஒளித்து வைத்தல், அன்றாட வாழ்க்கை நிகழ்வுகளில் மறைபுதிர்களை உருவாக்குதல், விடை கிடைக்காத வினாக்களைக் காற்றில் பறக்க விடுதல் போன்ற போக்குகள் கொண்ட ஒரு தலை முறை கவிஞர்களை உருவாக்கியதன் மூலமாக ஐரிஷ் இலக்கிய உலகில் ஒரு முக்கிய இடம்பெற்றது அந்த இலக்கிய இதழ். ஐரிஷ் இலக்கியத்தின் பெரிய தந்தை (BIG DADDY OF IRISH LITERATURE) என்று வர்ணிக்கப்படும் அளவுக்குப் பெயர் பெற்றது அவ்விதழ்.

முதலில் அரங்கிற்கு வெளியே இருந்த பகுதியில் மிகவும் சம்பிரதாயமற்ற முறையில் சைஃபர் இதழின் சிறப்பு வெளியீடு நடைபெற்றது. அதில் கவிதைகள் எழுதி இருந்த கவிஞர்கள் தங்களின் சில கவிதைகளை வாசித்தார்கள். அதில் மிக இளைய கவிஞர்களிலிருந்து மிகவும் வயது முதிர்ந்த கவிஞர்கள் வரை இருந்தார்கள்.

இதன் பிறகு மூடிய அரங்கிற்குள் கவிதை வாசிப்பு நிகழ்ந்தது. உள்ளே சென்று கவிதைகளை ரசிக்க நுழைவுச் சீட்டு வாங்க வேண்டும். மேடையில் கவிதை வாசிக்கும் கவிஞரைத் தவிர வேறு யாருமே கிடையாது. அந்தக் கவிஞரின் மீது விழுந்த ஃபோகஸ் லைட் தவிர அரங்கில் பெரிதாக வெளிச்சம் கிடையாது. ஒவ்வொரு கவிஞரையும் அறிமுகப்படுத்திய எலைன் நிக்யூலினன் கூட தரையில் நின்றபடிதான் அறிமுகவுரை நிகழ்த்தினார்கள். நான் என் கவிதைகளை வாசிப்பதற்கு முன் என்னை அறிமுகப்படுத்திய க்யூலினன் எனது பெயரை

இந்திரன்

உச்சரிக்கத் தடுமாறியபோது மொழி பற்றிய அவரது கவிதை ஒன்று என் நினைவில் சம்பந்தமில்லாமல் இடறியது.

GLOSS / GIASS / GIOS எனும் அவரது கவிதை மொழி ஆராய்ச்சியாளர் ஒருவர் சொற்களின் வேர்களைப் பற்றி ஆராய்வது பற்றிப் பேசுகிறது. மொழி ஆராய்ச்சியாளர் தனது ஆராய்ச்சியில் ஒருவிதமான உருமாற்றத்தை உணர்கிறார். கவிதையின் கடைசி வரிகள் கீழ்க்கண்டவாறு பேசுகின்றன.

"மொழியின் கோணிப்பைகள் காற்றாடிகளைப்போல் பாய்கின்றன.
நீரில் இருக்கும் நாணல்களைப் போல்
அவை அலைகளாக மாறுகின்றன.
அவர் திரும்புகிறபோது பார்க்கும் கண்ணாடியின்
முன்னும் பின்னும் திரும்புகின்றன...
வார்த்தைகள் பொழிகின்றன.
ஆண் பூனையின் பட்டுத் தொடைபோல் வழுக்குகின்றன
வேலிகளுக்குள் இருக்கும் இடைவெளிகள்,
வார்த்தைகள் பொழிகின்றன மெதுவாக,
அவனுடையதற்கும் அவளுடையதற்கும்
ஒரு வார்த்தையும் கிடைக்காத மொழியை
அடைகிறவரை பொழிகின்றன.
கதையில் வரும் பையன் திடீரென வளர்ந்து
பூட்டப்பட்ட கதவு ஒன்றின் முன் நிற்பதுபோல்.
மறு பக்கத்தில் கால்களை உதைப்பதை செவி மடுப்பது யார்?
அவனது மூச்சுக் காற்றின் ஆவி
பூட்டப்பட்ட பூட்டைப் பச்சை நிறமாக்குகிறது."

இக்கவிதையில் அறிவு, கற்பனை பற்றிய சம்பிரதாயமான மதில் சுவர்கள் இடித்துத் தள்ளப்படுகின்றன. அவரது புத்தகம் ஒரு விலங்காக மாறுகிறது. கனவு நகர்கிறது. "பொழிகிறது" எனும் ஒரே சொல் மீண்டும் மீண்டும் பயன்படுத்தப்படுகிறபோது இளகிவிடுகிறது.

இவரது பெரும்பாலான கவிதைகள் கதை சொல்லும் உத்தியைப் பயன்படுத்துபவை. ஆனால் நேர்க்கோட்டு முறையிலான கதை

சொல்லல் அல்ல. "துணி அலமாரியில் பிசாசு" (THE WITCH IN THE WARDROBE) எனும் கவிதை ஒரு இம்ப்ரஷனிச ஓவியம் போல் தீட்டப்பட்டிருக்கிறது. இவரது கவிதையில் வரலாறு ஒரு புதிய உயிர்ப்பைப் பெறுகிறது. இவரது ஒரு கவிதையில் 1890இல் நடந்த வாடகை விவசாயிகளின் போராட்டம் பற்றிப் பேசுகிறார். அப்போது தனது முன்னோர்களின் மரணத்தில் கட்டப்பட்ட நினைவிடங்களைத் தேடிப் போவது பற்றி எழுதுகிற போது அவர் தனது பக்கத்து வீட்டுக்காரரின் கல்லறையைக் கண்டுபிடித்து விடுகிறார். இவரது முன்னோர்களின் கல்லறையும் பக்கத்து வீட்டுக்காரர் பென்ஸ் ஜோன்ஸ் கல்லறையும் ஒரே மேஸ்திரியால் கட்டப்பட்டு இருப்பதைக் கவனிக்கிறார்.

"நான் பக்கத்து வீட்டுக்காரர் பென்ஸ்ஜோன்ஸின் கல்லறையை
உயரமான புற்களின் மத்தியில் விட்டு விட்டேன்.
சிலுவையை நோக்கி எனது காரை ஓட்டிச் சென்றேன்.
மீண்டும் குன்றுக்குக் கீழே ரகசியமான கல்லறைகள்
கில் நக்ரோஸ் போரில் இறந்தவர்களுக்கானவை.
எங்கே நாணல்கள் ஒன்றை ஒன்று பார்த்து
விசில் அடித்துக் கொள்கின்றனவோ
அங்கே செதுக்கப்பட்ட நினைவுக் கல் தொலைந்து போனது."

இக்கவிதையில் பொது வரலாற்றில் கவனிக்காமல் விடப்பட்ட தனது அண்டை வீட்டுக்காரரின் பெயரை வரலாற்றிற்குள் கொண்டு வருகிற அதே நேரத்தில் சாதாரணமான மிகை உணர்ச்சி கவிதை வெளிப்பாட்டிலிருந்தும் அதை வெளியே கொண்டுபோய் விடுகிறார்.

இந்த இடத்தில் அயர்லாண்டில் நான் கவனித்ததையும் சொல்ல வேண்டும். ஐரிஷ்காரர்கள் கல்லறைகளுக்கும் மூதாதையர்களுக்கும் அதிக மதிப்பு கொடுப்பதைக் கண்டு நான் வியந்தேன்.

டப்ளினில் வாழும் என் மகள் கீதாஞ்சலி (உலகின் அதி நவீன சிறுகதைகளை தமிழில் மொழிபெயர்த்து "வான்கோவின் காது" என்ற பெயரில் அம்ருதா வெளியீடாக புத்தகம் வெளியிட்டவர்) என்னை ஒரு பெரிய சுடுகாட்டுக்கு

அழைத்துச் சென்றார். "சுடுகாட்டைக் கூடவா சுற்றிக்காட்ட வேண்டும்?" என்று முணுமுணுத்துக் கொண்டு சென்ற எனக்கு ஆச்சரியம் காத்திருந்தது. அந்த சுடுகாட்டுக்குள் ஒரு அழகிய ரெஸ்டாரண்டுடன் கூடிய ஒரு மியூசியம் இருந்தது. அதில் — மரணம் பற்றிய பல சிந்தனையைத் தூண்டும் வரலாறுகளும் தத்துவங்களும் காட்சிப் படுத்தப்பட்டிருந்தன. இந்து மதம், புத்த மதம் உள்ளிட்ட உலக மதங்கள் மரணத்தைப் பற்றி என்ன சொல்லி இருக்கின்றன என்று பொன் மொழிகள் போல எழுதி விளக்குகள் போட்டு வைத்திருக்கிறார்கள். அதில் மிக முக்கியமானது அந்த மதங்களில் ஒன்றாக மனித நேயம் என்பதையும் ஒரு மதமாக சேர்த்து வைத்து இருக்கிறார்கள். மனித நேய சிந்தனை மரணம் பற்றி என்ன சொல்கிறது என்பதையும் எழுதி வைத்திருக்கிறார்கள்.

எல்லா ஐரிஷ்காரர்களையும் போலவே க்யூலினன் கவிதைகள் மரணம் பற்றி அதிகம் பேசுகின்றன. கிரிஃபின் கவிதை விருது (THE INTERNATIONAL GRIFFIN POETRY PRIZE-2010-2010) பெற்ற இவரது நூலான "சூரிய மீன்" (THE SUN FISH) இரங்கற் பாக்களையும், குடும்ப வரலாறுகளையும், மரியாதை நிமித்தமான கவிதைகளையும் தான் அதிகம் கொண்டுள்ளது.

"மைக்கேலும் தேவதையும்" எனும் கவிதையில் இவர் மைக்கேல் ஹார்ட்னெட் எனும் ஐரிஷ் மொழியின் மகாகவி ஒருவருக்கான இரங்கல் பா ஒன்றில் ஒருவரை இழந்துவிடுகிறபோது நேர்கிற சோகம் மிகவும் நேர்மையாகப் பதிவு செய்யப்படுகிறது.

நேர் சந்திப்பில் மிகவும் எளிமையோடு காணப்படும் இவரது கவிதைகள் இதற்கு நேர்மாறானவை. அவற்றின் ஒவ்வொரு சொல்லும் ஏராளமான உலகங்களின் கதவுகளைத் திறந்து விடுபவை. பல நேரங்களில் மோட்டார் காரைச் சுத்தப்படுத்தப் பீய்ச்சியடிக்கப்படும் தண்ணீர் போலவும், இன்னும் சில நேரங்களில் காற்றில் முகத்தை நோக்கிப் பறந்து வரும் கைக்குட்டை போலவும், காற்றைத் துண்டுகளாக்கிக் கொண்டு முன்னேறும் சைக்கிள் போலவும் இவரது வார்த்தைகள் தொழிற்படுகின்றன. ஆனால் நேரில் உரையாடுகையில் தனிமை எதிரொலிக்கும் மலைப் பள்ளத்தாக்கு போலத் தென்படுகிறார் இவர்.

சக கவிஞராகிய மக்டாரா உட்ஸ் (MACDARA WOODS) என்பவரையே தன்கணவராகத் தேர்ந்தெடுத்து மணந்து கொண்ட இவர் என்னிடம் ஒருமுறை சொன்னதை இன்றும் என்னால் மறக்க முடியவில்லை.

"கவிதை மூலமாக வாழ முடியாது. ஆனால் கவிதையோடு வாழ்வதுதான் வாழ்க்கை."

*

கவிதை

எலைன் நி க்யூலினன் படைப்புகள்

மொழியை ஆராய்வது

துறவிகள் அவர்களின் வெளிச்சத்தின் துளைகளிலிருந்து
வெளி வருவதை ஞாயிற்றுக்கிழமையில் நான் கவனித்தேன்.
அவர்களின் சிகரம் தேன்கூட்டைப்போல நிரம்பி இருந்தது.
எங்கே சூரியன் காய்ந்து பாறைகளின் இணைப்புகளை
வெடிப்பு விடச் செய்கிறதோ அங்கே
அந்தப் பாறைகளின் வெது வெதுப்பான தோள்களில்
அவர்கள் கூட்டமாகக் கூடுகின்றனர்.
சிறிது நேரத்தில் அவர்கள் பேசத் தொடங்குகிறார்கள்.
அவர்களின் உச்சரிப்புகளை நான் செவிமடுக்கிறேன்.
அவர்கள் எல்லோரும் இந்தத் தீவைச் சேர்ந்தவர்கள் அல்ல.
எல்லோரும் வயது முதிர்ந்தவர்களும் அல்ல.
நான் நினைக்கிறேன், அவர்கள் எல்லோரும் ஆண்களும் அல்ல.
அவர்கள் அனைவரும் மிகுந்த மெய்யறிவு கொண்டவர்கள்.
அவர்கள் என்னைப் பார்த்ததாகப் பாசாங்கு செய்யவில்லை.
உருகியப் பனிக்கட்டிகளின் உருகிப் பரந்து கிடக்கும்
குளங்களிலிருந்து அவர்கள் நீர் அருந்துகின்றனர்.
நான் அவர்களின் பக்கத்தில் நடந்து செல்கிறேன்.
அவர்கள் முடித்த பிறகு குடிக்கிறேன்.

அவர்களின் கால்களில்
சங்கிலிகள் இருந்த அடையாளங்கள் தென்படுகின்றன.
நான் இதை என்னுடைய வேலை என்று அழைக்கிறேன்.
இந்தப் பத்தாண்டுகள், இந்த நிலையங்கள்
ஏனெனில்
இவை இல்லாவிடில்,
நான் இங்கே ஒரு அந்நிய மனுஷியாகி விடுவேன்.
*

எலைன் நி க்யூலினன் சில குறிப்புகள்...

எலைன் நி க்யூலினன் (28 நவம்பர் 1942) அயர்லாண்டின் கார்க் எனும் நகரத்தில் பிறந்த பெண்கவிஞர். 1973இல் வெளிவந்த இவரது முதல் கவிதைத் தொகுப்பிலேயே பேட்ரிக் கவன்னா பரிசு பெற்று இலக்கிய உலகின் கவனத்தை ஈர்த்தவர். 2010—இல் வெளிவந்த இவரது "சூரிய மீன்" எனும் கவிதைத் தொகுப்பு கனடா நாட்டு உயரிய கவிதை விருதான "கிரிஃபின் உலகக் கவிதை விருது" பெற்றது. "கவிதை இன்று" எனும் விருதின் இறுதிப் பட்டியலில் இடம்பெற்றது.

இவர் மக்டாரா உட்ஸ் எனும் கவிஞரை மணம் புரிந்து கொண்டு டப்ளின் நகரத்தில் வாழ்ந்து வருகிறார். இவரும், அவரது கணவரும், பியர்ஸ் ஹட்சின்சன், லேலண்ட் பார்ட்வெல் ஆகியோரும் இணைந்து பல ஆண்டுகளுக்கு முன்னர் தொடங்கிய "சைஃபர்" எனும் இலக்கிய இதழை இன்னமும் ஆசிரியப் பொறுப்பில் இருந்து நடத்தி வருகிறார்.

வாழ்க்கை

எலைன் நி க்யூலினன் எல்லிஸ் தில்லான், பேராசிரியர் கார்மக் ஓ க்யூலினன் ஆகியோருக்கு மகளாகப் பிறந்தவர். கார்க் பல்கலைக்கழகக் கல்லூரி, ஆக்ஸ்ஃபோர்ட் பல்கலைக்கழகம் ஆகியவற்றில் கல்வி பயின்றார். மறுமலர்ச்சி கால இலக்கியம் குறித்து சிறப்பு ஆய்வை மேற்கொண்டிருக்கும் இவர் தற்போது டப்ளினிலுள்ள ட்ரினிட்டி கல்லூரியில் ஆங்கில இலக்கியப் பேராசிரியராக இருந்து வந்தவர்.

கவிதை நூல்கள்

- 2: Acts and Monuments, Dublin: The Gallery Press
- 1975: Site of Ambush, Dublin: The Gallery Press
- 1977: The Second Voyage, Dublin: The Gallery Press; Winston-Salem, NC: Wake Forest University Press, 1977, 1991)
- 1981: The Rose Geranium, Dublin: The Gallery Press
- 1986: The Second Voyage, Dublin: The Gallery Press; Newcastle Upon Tyne: Bloodaxe Books; Winston-Salem, Wake Forest University Press, 1991
- 1989: The Magdalene Sermon, shortlisted for the Irish Times/Aer Lingus Award, Oldcastle: The Gallery Press Winston Salem, North Carolina: Wake Forest University Press, 1991
- 1994: The Brazen Serpent, Oldcastle: The Gallery Press Winston-Salem, North Carolina: Wake Forest University Press, 1995
- 2001: The Girl Who Married the Reindeer, Oldcastle: The Gallery Press Winston- Salem, North Carolina: Wake Forest University Press, 2002
- 2008: Selected Poems, Gallery Press, London: Oldcastle and Faber Winston- Salem, North Carolina: Wake Forest University Press, 2009
- 2009: The Sun-fish, Gallery Press; Winston-Salem, NC: Wake Forest University Press, 2010 (winner of the 2010 International Griffin Poetry Prize)

மொழிபெயர்ப்பு

- The Water Horse: Poems in Irish by Nuala Ní Dhomhnaill with Translations into English by Medbh McGuckian and Eilean Ní Chuilleanáin, Oldcastle: The Gallery Press; Winston Salem, North Carolina: Wake Forest University Press, 2003

- 2005: Verbale by Michele Ranchetti, translated by Eiléan Ni Chuilleanáin and others, Dublin: Instituto Italiano di Cultura
  2005: After the Raising of Lazarus: Poems Translated from the Romanian by Eilean Ní Chuilleanáin, poems by Ileana Malancioiu, Cork: Southword

- 2010: The Word Exchange: Anglo-Saxon Poems in Translation (W. W. Norton & Company)

- In addition to the above, Ní Chuilleanáin's poetry is widely anthologised. A list of her academic writing and of criticism written about her work can be found in Fogarty ed. (2007).

●

காபிரியல் ரோசென்ஸ்டாக் (GABRIEL ROSENSTOCK)

கேலிக் (Gaelic) மொழிக் கவிஞர்

அதிநவீன பக்தியைப் பாடும் கேலிக் மொழிக் கவிஞர்

நான் மிகவும் ஆச்சரியப்பட்டேன், அயர்லாண்டில் இந்தியாவின் பக்தி இலக்கியங்களால் வெகுவாகப் பாதிக்கப்பட்ட நவீன கேலிக் மொழி கவிஞர் ஒருவர் இருக்கிறார் என்று தெரிய வந்த போது. ஆங்கில மொழியில் ஐரிஷ் என்று அழைக்கப்படும் மொழியை ஐரிஷ் மொழியில் கேலிக் என்று அழைக்கிறார்கள். கெல்டிக் மொழிக் குடும்பத்தைச் சேர்ந்த கேலிக் மொழியை ஐரிஷ் கேலிக் என்று குறிப்பிடுவது வழக்கம். ஏனெனில் இம்மொழியில் ஸ்காட்டிஷ் கேலிக் என்ற இன்னொன்றும் இருக்கிறது. இம்மொழியில் எழுதும் அபூர்வமான கவியான காபிரியல் ரோசென்ஸ்டாக் இந்தியப் பண்பாட்டின்மீது அதிக அக்கறை கொண்டவர்.

ஜெர்மன் டாக்டர் ஒருவருக்கும், அயர்லாண்டின் லிமரிக் பகுதி நர்ஸ் தாய்க்குமாகப் பிறந்த காபிரியல் ரோசென்ஸ்டாக் எனும் பெயர் கொண்ட அவர் தற்போது நான் பயணம் சென்றிருந்த டப்ளின் நகரத்திலேயே வாழ்கிறார் என்கிற தகவல் என்னைப் பரபரப்படையச் செய்திருந்தது.

நூற்றுக்கு அதிகமான கவிதைகளும், மொழிபெயர்ப்பு நூல்களும் எழுதிய மாபெரும் கவிஞரான காபிரியல் ரோசென்ஸ்டாக் (GABRIEL ROSENSTOCK) தனது

நவீன கேலிக் கவிதைகளை விவரிப்பதற்கு நியோபக்தி கவிதைகள் (- NEO -BHAKTI POETRY) எனும் பதப்பிரயோகத்தைக் கையாள்வதைக் கேள்விப்பட்டபோது அவரைச் சந்தித்தே தீர வேண்டும் என்று உறுதி செய்துகொண்டேன். பக்தி இலக்கியம் என்றவுடன் பக்தி இலக்கியத்துக்குப் பேர்போன தமிழ்நாட்டின் பக்தி இலக்கியங்களாக இருக்குமோ என்று எனது மனம் அடித்துக்கொண்டது. ஆனால் என்னை விட ஒரு வயது சிறியவரான காபிரியல் ரோசென்ஸ்டாக்கை சந்தித்த பிறகுதான் எனக்குத் தெரிய வந்தது அவரைப் பெரிதும் பாதித்தவை மீராபாய் எழுதிய பக்தி இலக்கியங்கள் என்று. தமிழர்கள் தங்களின் உன்னதமான சங்க இலக்கியங்களை மட்டுமல்லாது பக்தி இலக்கியங்களையும் சிறந்த ஆங்கில மொழிபெயர்ப்புகளாகக் கொண்டு வந்திருக்கவேண்டும் எனும் ஆதங்கம் காபிரியல் ரோசென்ஸ்டாக்கை சந்தித்தபோது என்னைப் போட்டு வதைத்தது. நான் அவரிடம் தமிழின் பக்தி இலக்கியம் பற்றிய ஒரு பெரிய சொற்பொழிவே செய்துவிட்டேன் என்றால் பார்த்துக் கொள்ளுங்களேன். சட்டம் பற்றி ஒரு மொழி என்று சொன்னால் அது எப்படி லத்தீன் மொழியாக இருக்கிறதோ, வணிகத்துக்கு ஒரு மொழி என்று சொன்னால் எப்படி அது ஒரு ஆங்கில மொழியாக இருக்கிறதோ அதுபோல பக்தி இலக்கியம் என்று சொன்னால் தமிழ்தான் அதற்கான மொழி என்று தனிநாயகம் அடிகள் சொல்லி இருப்பதை நான் எடுத்து சொன்னேன். ஆனால் காபிரியேல் ரோசென்ஸ்டாக் அதற்கான ஆங்கில மொழி பெயர்ப்புப் புத்தகங்களை என்னிடம் கேட்டபோது அதற்கான சிறந்த ஆங்கில மொழிபெயர்ப்புகளின் பெயர்களை என்னால் சொல்ல முடியாமல் போனது எனக்கு மிகவும் வெட்கமாக இருந்தது.

காபிரியல் ரோசென்ஸ்டாக் எழுதிய 'அவளது பெயரைச் சொல்லும் போது' (UTTERING HER NAME) எனும் கேலிக் மொழியில் எழுதப்பட்ட கவிதைத் தொகுதியில் ஐரிஷ் பண்பாட்டின்படி கெல்டிக்குகளுக்கு எழுதும் கலையைக் கற்றுக் கொடுத்த பெண் கடவுளான டார்ஓமா எனும் கடவுள் பற்றிய பக்திப் பரவசத்தோடு கூடிய கவிதைகளை எழுதி இருக்கிறார். உருவமற்றவளாகவும் அதே நேரத்தில் தொட்டுணரத் தக்கவளாகவும் அந்தப் பெண் கடவுளை அவர்

எழுதி இருக்கிறார் என்று சொன்னால் அதற்கு இந்திய பக்தி இலக்கிய தாக்கம்தான் காரணம் என்று குறிப்பிடுகிறார்.

தனது கவிதைகளில் காபிரியெல் ரோசென்ஸ்டாக் கையாளும் கேலிக் மொழி, அந்த மண்ணின் மணம் வீசும், ஐரிஷ் பண்பாட்டு அடையாளத்துடன் இருப்பதாக கவனமாக அமைக்கிறார். அதே நேரத்தில் தனது கவிதைகளில் பிற நாட்டுப் பண்பாட்டு அடையாளங்களும் அவற்றின் பாதிப்புகளும் வந்து அமையுமாறு அதன் கதவுகளைத் திறந்து வைத்திருப்பது காபிரியல் ரோசென்ஸ்டாக் கவிதைகளின் சிறப்பு.

காலம், வெளி ஆகியவற்றைக் கடந்து பேசும் இவரது கவிதைகளில் அயர்லாண்டின் புராணிகப் பழங்காலம் தோன்றுகிறது. அதே நேரத்தில் அயர்லாண்டுக்கு அந்நியமான புத்தர் அயர்லாண்டு தெருக்களில் நடக்கிறார். தாகூர் தனது வங்காள வைஷ்ணவக் கவிதைகளின் தாக்கத்தோடு கூடிய குரலில் பாடியபடி வலம் வருகிறார். காபிரியெல் ரோசென்ஸ்டாக்கின் மிகப் பெரிய சாதனை எல்லாக் காலங்களின், எல்லா மொழிகளின் கவிதைச் செல்வங்களையும் பயன்படுத்தி ஆன்மாவின் அழகைப் பாடும் ஒரு கேலிக் மொழிக் கவிதையை அவர் எழுதுகிறார்.

இந்தியாவின் பக்தி இலக்கியக் கவிதையாகட்டும், ஜப்பானின் மறைபுதிர்த் தன்மை கொண்ட ஹைக்கூ கவிதைகளாகட்டும் எல்லா மொழிக் கவிதைகளாலும் தனது கவிதை பாதிக்கப்படுமாறு கதவு திறந்து வைக்கிறார் காபிரியெல் ரோசென்ஸ்டாக். லட்சத்தீவு பற்றிய அவரது ஒரு கவிதையைப் பார்த்தாலே நாம் அதைப் புரிந்துகொள்ளலாம். இதோ அக்கவிதையின் மொழிபெயர்ப்பு.

"இன்னொரு துண்டு பவளப்பாறை
கடற்கரையில் அலசப்பட்டது நீரில்.
அது நகர்த்துகிறது சாமியார் நண்டை.
மேகமற்ற வானம்.
ராணுவ அணிவகுப்பு நடத்துகின்றன நண்டுகள்.
அமைதி...
நிலவு வெள்ளியாகி ஜொலிக்கிறது.
மணல் ஆமை முட்டைகளை மறைக்கிறது.

பவளப் பாறையின் வடிவம் தூரத்துப் பால்வீதியின் வடிவம்.
தீவுகள் வருகின்றன போகின்றன.
இப்படித்தான் உலகம் உருவாக்கப்பட்டதா?
பட்டாம்பூச்சிகளும் கூட ஓய்வெடுக்கின்றன.
ஒரு பறவையின் மெலிதான சுவடு சுட்டிக்காட்டுகிறது...
சுட்டிக்காட்டுகிறது எல்லையற்ற மணல் வெளியை
மணலின் ஒரு துளையில் ஏதோவொன்று மிக விரைவில் பெயர்
வைக்க சொல்கிறது.
கடல் புல் ஆமைகள் அதைத் தின்கின்றன.
இதைத்தவிர யாருக்கு என்ன தெரியும்?"

காபிரியெல் ரோசென்ஸ்டாக்கின் கவிதைகள் தேச எல்லைகளைக் கடந்தவை. 150 ஆண்டுகளுக்கு முன் இந்தியாவில் பிறந்த ரவீந்திரநாத் தாகூரின் கவிதைகள் 'சிதறிய பறவைகள்' எனும் தலைப்பில் இன்று அயர்லாண்டில் வெளிவந்து ஐரிஷ்காரர்களின் உள்ளத்தைக் கொள்ளை கொண்டிருக்கிறது என்று சொன்னால் அதற்கு காபிரியெல் ரோசென்ஸ்டாக் தான் காரணம். இந்தியாவில் கூட இத்தகைய ஒரு முயற்சி மேற்கொள்ளப்படவில்லை என்பதைச் சொல்லியே தீர வேண்டும். "சிதறிய பறவைகள் "எனும் தாகூரின் கவிதை தொடர்ந்து கெல்டிக் இசையுடன், ஓவியப் பின்னணியில் கொடுக்கப்படுகிறது. கவிதை, இசை, ஓவியம் ஆகியவை இணைந்த ஒரு இந்திய அழகியல் அனுபவத்தை உருவாக்கி இன்றைய ஐரிஷ் மக்களை அழகியல் அனுபவத்தில் ஆழ்த்துகிறார் காபிரியெல் ரோசென்ஸ்டாக்.

இவர் ஒரு காலத்தில் ஆர்டீ டெலிவிஷனில் (RTE TELEVISION) வேலை செய்தவர் என்பதால் தாகூரின் கவிதை அனுபவத்தை ஒரு புதுமையான முறையில் கொடுத்து இருக்கிறார். முதலில் அசையாத இசை கவிதை வாசிப்பின் பின்புலமாக அமைகிறது. பிறகு கவிதை பேசும் செய்திக்கு ஏற்ப இசை மாற்றமடைகிறது. EANLAITH STRAE என்று கேலிக் மொழியில் பேசப்படும் தாகூரின் கவிதைகள் டெரெக் பால் எனும் இசைக் கலைஞரால் இசை அமைக்கப்பட்டு இருக்கிறது. SAMKURA - TRANS -EOROPEAN VISUAL ART & LANGUAGE PROJECT உடன் இணைந்து கவிதைக்கான ஓவியங்கள் தீட்டப்பட்டு உள்ளன.

ஹைக்கூ கவிதை குறித்த இவரது எண்ணங்களும் சிந்தனைகளும் மிகவும் அர்த்த செறிவோடு உள்ளதை என்னால் நேரிடையாக உணர முடிந்தது. ஒரு ஹைகூ கவிதையை எடுத்துப் பேசுவது மிக சுவாரஸ்யமானது.

"ஒரு மெழுகுவர்த்தியோடு
இன்னொரு மெழுகுவர்த்தியைப் பொருத்தினார்கள்.
வசந்தகாலத்தின் இன்னொரு மாலை."

ஆர்.எச்.பிளைத் எழுதிய இந்தக் கவிதை பற்றி அவர் எடுத்துப் பேசுகிறபோது ஹைகூவை கவிதை என்றே நாம் சொல்ல வேண்டியதில்லை. அது ஒரு உன்னதமான அனுபவம். இந்தக் கவிதையில் மெழுகுவர்த்தி ஒரு பழங்காலம், எதிர்காலம் அற்று இருக்கிறது. ஒரு மெழுகுவர்த்தியைக் கொளுத்தினால் மொத்தப் பிரபஞ்சமும் உயிர் பெற்று எழுந்து விடுகிறது என்று அவர் சொல்கிறார். "யதார்த்தத்தை நாம் பிடிப்பதில்லை. மாறாக யதார்த்தம் நம்மைப் பிடிக்கிறது" என்று இந்தியத் துறவி பாபாஜி சொல்கிறார் என்று அவர் சொல்கிறபோது நான் அதிர்ந்து போனேன். எந்த பாபாஜி என்று துருவிக் கேட்க ஏனோ நான் முனையவில்லை. எனக்கு சாமியார்களைப் பற்றிக் கொஞ்சம் அலர்ஜி உண்டு.

உலகில் ஐரோப்பா, இந்தியா, ஜப்பான், ஆஸ்திரேலியா ஆகிய பல நாடுகளுக்குப் பயணம் சென்று உலகளாவிய கவிதைப் போக்குகளை அறிந்தவராக இருக்கும் காபிரியெல் ரோசென்ஸ்டாக்கிடம் பல மொழி அறிந்த உங்களைப் போன்றவர்களுக்கு கவிதை எழுத எது உகந்த மொழி என்று கேட்டால் அவர் பதில் வேடிக்கையாக இருக்கிறது. "கேலிக் எனும் தாய் மொழிதான் கவிதை எழுத எனக்கு உகந்த மொழி. ஆனால் எனது சிறந்த கவிதைப் புத்தகம் ஆங்கிலத்தில் தான் எழுதப்பட்டதாக சொல்கிறார்கள் எனது வாசகர்களும், விமர்சகர்களும்."

பிறகு எங்களது பேச்சு கவிதை படைப்பதைப் பற்றி திரும்பியது. அவர் ரில்கே எனும் கவிஞரின் "கூண்டுக்குள் சிறுத்தை" கவிதையைச் சுட்டிக்காட்டி சொன்னார். ரில்கே, ரூடின் என்பவரால் வெளியிலிருப்பவற்றைக் கவனிக்குமாறு

பயிற்சியளிக்கப்பட்டவர். எனவே இவரது கவிதை கவிஞனுக்குள் இருக்கும் உணர்ச்சியை வெளிப்படுத்துவதற்குப் பதிலாக, வெளியிலிருக்கும் பொருளை விளக்குகிறது. “கவிதையின் மிக முக்கியப் பகுதி எது?” என்ற கேள்விக்கான பதிலாக “அப்படிப்பட்ட ஒரு கேள்வியே கிடையாது,” என்று மட்டை அடி அடித்தார்.

குந்தர் கிராஸ், பீட்டர் ஹன்ச்சல், மைக்கேல் அகஸ்டீனென்று பலரையும் மொழிபெயர்த்த காபிரியெல் ரோசென்ஸ்டாக் இன்று தாகூரை மொழிபெயர்த்திருக்கிறார். இவர் இதுவரை ஐரிஷ் மக்களுக்குத் தெரிந்திராத முறையில் பேச, எழுத, கனவு காண கற்றுக் கொடுக்கும் ஒரு கவிஞராகப் பாராட்டப்படுகிறார். தன்னைப் பற்றியே நினைத்துக் கொண்டிருக்கும் அயர்லாண்டு தனது ஆங்கில மொழி ரீதியான வெளிப்பாட்டிலிருந்து விடுதலை அடைய கிடைத்த பெருங்கவி இவர்தான் என்று போற்றிப் பாராட்டுகிறது.

*

காபிரியல் ரோசன்ஸ்டாக் படைப்புகள்

அணைப்பை அறிவது எப்படி?

ஒவ்வொரு வியர்வை துவாரத்திலிருந்தும்
சூரியன்
உனது முடிவற்ற நடனத்தின் மீது தனது
கதிர்களைச் செலுத்துவதைப் பார்.
நிலவின் கருத்த பகுதி வெளிச்சமாயிருக்கிறது.
நீ உன் வாயைத் திறந்தால்
நட்சத்திரங்கள் வெளியேறி
அவற்றின் வழிபாட்டுப் பாடல்களை உனக்காகப் பாடுகின்றன.
அவைதான் நீ.
வாத்துகள் பின்னோக்கிப் பறக்கின்றன.
உனது பால் வீதியில் வெடித்து சிதறாமல்
உனது அணைப்பை
நான் எப்படிக் கற்பனை செய்வேன்.
*

என்னை உனது பசிக்கு

டர் ஓமா !
கொக்கு மீண்டும் மீண்டும்
நண்டை வானத்தில் தூக்கிச் செல்கிறது.
கீழே உள்ள பாறையில் போடுகிறது
அதன் ஓடுகள் உண்மையில்
உடைந்தனவா என்று திருப்தி அடையும் வரை.
அதன் சதை விழுங்கப்படுகிறது
ஒரு துளியும் விடப்படாமல்.
என்னை உனது கால்களில் பற்றி
மேலே மேலே எடுத்துச் செல்.
நான் என் தலை விதியை மறக்கிறேன்.
உனது பசிக்கு என்னை எடுத்துக் கொள்.
*

காபிரியல் ரோசன்ஸ்டாக் சில குறிப்புகள்...

காபிரியல் ரோசன்ஸ்டாக் அடிப்படையில் ஒரு கவிஞர். இவர் உரைநடை, நாடகம், மொழிபெயர்ப்பு ஆகியவற்றில் ஏராளமாகப் பங்களித்திருந்தாலும் இவரது கவிதைகளுக்காகவே தனிப் பெயர் பெற்றவர். நூற்றுக்கு மேற்பட்ட புத்தகங்களை எழுதியிருக்கும் இவர் POETRY IRELANDஇன் தலைவராகப் பங்களித்திருப்பவர். இவரைக் கௌரவப்படுத்தும் விதமாக இவர் அயர்லாண்டின் கலை இலக்கிய அமைப்பின் அங்கத்தினராகத் தேர்ந்தெடுக்கப்பட்டார்.

வாழ்க்கை வரலாறு

ரோசன்ஸ்டாக்கின் தந்தை ஜியார்ஜ் ஒரு மருத்துவரும் எழுத்தாளரும் ஆவார். இவர் இரண்டாம் உலகப் போரில் பங்கெடுத்தவர். இவரது தாய் கால்வே நகரத்தைச் சேர்ந்த ஒரு நர்ஸ். காபிரியல் தன்னுடன் பிறந்த ஆறு பேரில் மூன்றாவதாக, அயர்லாண்டில் பிறந்த முதல் குழந்தை ஆவார். இவர் கார்க் நகரத்தின் ராக்வெல் கல்லூரி, அயர்லாண்டின் தேசியப் பல்கலைக்கழகம் ஆகியவற்றில் பயின்றவர்.

இவர் அயர்லாண்டின் RTE தொலைக்காட்சி நிறுவனத்தில் சிறிது காலம் வேலை செய்தார். பிறகு "அனாய்ஸ்" எனும் செய்தித்தாளில் பணிபுரிந்தார். பிறகு ஓய்வுக் காலம் வரை வடக்கு தெற்கு அயர்லாண்டுகளின் ஐரிஷ் மொழி வளர்ச்சிக்குப் பாடுபடும் AN GUM அமைப்பில் வேலை செய்தார்.

இவரது இரண்டு அண்மைக்கால எழுத்துகளான EACHTRAI KRISHNAMURPHY (2003), KRISHNAMURPHY AMBAIST (2004) ஆகியவையும் OLANN MO MHUIL (2003) எனும் பயண நூலும் இவரது

பார்வைகளை, நம்பிக்கைகளை, அறிவுஜீவித வாழ்க்கையை, தத்துவப் பிடிப்பை நமக்கு நன்கு உணர்த்துபவை.

இவரது மகன் டிரிஸ்டன் ரோசன்ஸ்டாக் ஐவர் கொண்ட ஐரிஷ் இசைக்குழுவின் அங்கத்தினர்.

ஐரிஷ் மொழிக் கவிதை

- Susanne sa seomra folctha Clódhanna 1973
- Méaram An Clóchomhar 1981
- Om An Clochomhar 1983
- Nihil Obstat Coiscéim, 1984
- Migmars Ababúna, 1985
- Rún na gCaisleán Taibhse, 1986
- Oráistí. Rogha dánta agus dánta nua Cló Iar Chonnachta, 1991
- Ní mian léi an fhilíocht níos mó Cló Iar-Chonnachta, 1993
- Rogha Rosenstock Cló Iar-Chonnachta, 1994
- Lacertidae 1994
- Syójó Cló Iar-Chonnachta, 2001
- Eachtraí Krishnamurphy Coiscéim, 2003
- Forgotten Whispers / Cogair dhearúdta 2003. (Haiku with photography by John Minihan)
- Krishnamurphy Ambaist Coiscéim, 2004
- Hymn to the Earth The Silverstrand Press, 2004. (Poems and photography by Ron Rosenstock)
- Rogha Dánta/ Selected Poems, translated by Paddy Bushe: CIC, 2005

ஐரிஷ் மொழி விமர்சனங்கள்

- Ólann mo mhiúil as an nGainséis Cló Iar-Chonnachta, 2003

ஆங்கிலத்தில் கவிதை

- Cold Moon: The Erotic Haiku of Gabriel Rosenstock, 1993
- Forgotten Whispers, 2003, with John Minihan. Haiku
- Portrait of the Artist as an Abominable Snowman. Selected Poems, translated from the Irish by Michael Hartnett, and New Poems, translated by Jason Sommer, Forest Books, 1989

மொழிபெயர்ப்புகள்

- March hare, 1994. Short stories from the Irish language author Pádraic Breathnach

ஆங்கிலப் புத்தகங்கள்

- The Wasp in the Mug: Unforgettable Irish Proverbs Mercier Press, 1993.

கால்ம். எம். ஸ்கல்லி (COLM. M. SCULLY)

ஐரிஷ் கவிஞர்

கதை சொல்லும் தற்காலக் கவிதை

ஐரோப்பாவின் முன்னொரு காலத்திய கவிதை மேதைகளின் பெயர்களை நாம் வெகுவாக அறிந்திருக்கிறோம். ஆனால் அவர்களில் பலரது கவிதைகளைத் தமிழில் நாம் படிக்க நேர்ந்ததில்லை. உதாரணத்துக்கு ஜெர்மன் மொழிக் கவிஞர்களை எடுத்துக் கொள்வோம். அவர்களில் பெர்டொல்ட் ப்ரெக்டின் கவிதைகளை அறிந்த அளவுக்கு (நன்றி பிரம்மராஜன்) கதேயின் கவிதைகளை நாம் அறிந்ததில்லை. சொல்லப்போனால் கதேயின் கவிதைகளைத்தான் தமிழில் மொழிபெயர்க்க அதிக வாய்ப்பு இருந்திருக்கிறது. ஏனெனில் "கதே இன்ஸ்டிட்யூட்" என்ற பெயரில் ஜெர்மன் அரசாங்கத்தின் கலாசார பிரிவு சென்னையில் முழு வீச்சுடன் பல ஆண்டுகளாக இயங்கி வருகிறது.

சரி. அது போகட்டும். சென்னையில் அல்லையன்ஸ் ஃப்ரான்சே எனும் ஃபிரெஞ்சு கலாசார பிரிவும் பல ஆண்டுகளாக இங்கே இயங்கி வருகிறது. அவர்களாவது ஃபிரெஞ்சுக் கவிதை உலகையும் அதன் மூலமாக மொத்த நவீன கவிதை உலகையும் தங்களின் பாதிப்புக்கு உள்ளாக்கிய பாதலேர், ரைம்போ போன்ற கவிஞர்களின் கவிதைகளை மொழிபெயர்க்க வழி செய்தார்களா என்றால் இல்லை. இந்த நாடுகளுக்கே இப்படி என்றால் பிற ஐரோப்பிய நாடுகளின் கவிதைகளைப் பற்றி அறிந்துகொள்வது பற்றி என்ன சொல்ல? குறிப்பாக

அயர்லாண்ட் ரிபப்ளிக்கை எடுத்துக் கொண்டால் உலக அளவில் கொண்டாடப்படுகிற அயர்லாண்டின் கவிஞர் ட்பிள்யூ பி யேட்சின் பெயர் உதிர்ப்புகள் தமிழ்க்கவிதை உரையாடலில் அதிகம் பயிலப்பட்டாலும்கூட அவரது எத்தனை கவிதைகள் தமிழில் மொழிபெயர்க்கப்பட்டுள்ளன? யேட்சின் கவிதைக்கே இந்த கதி என்று சொன்னால் இன்று அயர்லாண்டில் வாழ்ந்துகொண்டு கவிதை படைத்துக்கொண்டிருக்கும் அடுத்த தலைமுறைக் கவிஞர்களைப் பற்றி தமிழில் அறிய வாய்ப்பு எப்போது வரும்? அதிலும் பெண் கவிஞர்களைப் பற்றி சொல்லவே வேண்டாம். ஐரிஷ் பெண் கவிஞர்களான ஃபேவன் போலண்ட், கேதரின் டைனேன், எய்லீன் கார்னீ ஹ்யூம் போன்ற பெண் கவிஞர்களின் கவிதைகளை அறிய வாய்ப்பு இருக்கிறதா இல்லையா என்று தெரியவில்லை.

எனக்கு ஒன்று தோன்றுகிறது. தமிழ்நாட்டின் பெண் கவிஞர்கள் இன்று ஒரு அங்கீகாரத்தைத் தமிழ்ச் சூழலில் பெற்று விட்டார்கள். இவர்கள் ஒன்று சேர்ந்து உலகின் சிறந்த பெண் கவிஞர்களின் கவிதைகளை குறைந்தபட்சம் ஆங்கிலத்தின் மூலமாகவாவது தமிழில் மொழிபெயர்த்து ஒரு உலகப் பெண் கவிஞர்களின் கவிதைத் தொகுப்பு ஒன்றைத் தமிழில் கொண்டு வந்தால் அவர்களது அடுத்த கட்ட பாய்ச்சலுக்கு அது வழி செய்யாதா? இவ்வாறு பல்வேறு சிந்தனைகள் காலம். எம். ஸ்கல்லி எனும் ஐரிஷ் மொழியின் இன்றைய தலைமுறைக் கவிஞரை நேரிடையாக அயர்லாண்டில் நான் சந்தித்தபோது எனது மனதில் எழுந்தன.

*

கால்ம். எம். ஸ்கல்லி மிக அமைதியாகப் பேசுவதிலும் நடந்து செல்வதிலும் ஒரு பூனையை வெகுவாக நினைவு படுத்தினார். அவருக்கு இரண்டு தாகங்கள் இருந்தன. ஒன்று கெமிகல் இஞ்சினியரிங் துறையில் மருந்துகள் பற்றியும், உணவுகள் பற்றியும் தணியாத தாகத்துடன் தனது அறிவை விருத்தி செய்துகொள்வது. அடுத்ததாகக் கவிதைப் படைப்பில் சொல்லொணாத மூர்க்கத்துடன் ஈடுபட்டு பழைய ஐரிஷ் மொழி வாய்மொழி மரபுகளை இன்றைய மௌன வாசிப்புக் கவிதையின் தளத்துக்குள் கொண்டு வருவது. கால்ம் தனது அசாதாரணமான குணாம்சங்களால் என்னை மிக விரைவிலேயே

கவர்ந்து எங்கள் நட்பு நெருக்கமடைய காரணமாகி விட்டார். கவிதை குறித்து குறிப்பாக இந்தியக் கவிதையின் பழம் பெரும் போக்குகளிலிருந்து நிறைய கற்றுக் கொள்ள வேண்டும் என்பதில் அதிக அக்கறை கொண்டிருந்ததனால் என்னை அதிகம் பேச விட்டு கேட்கும் பழக்கம் கொண்டிருந்தது எனக்குக் கொஞ்சம் பெருமையாக இருந்தது. கண்ணைப் பறிக்கும் ரோஜா சிவப்பு நிற மேனியும், எப்போது பார்த்தாலும் சுத்தமும் அமைதியும் குடி கொண்ட மனிதராகவும், முகத்தில் மிக அளவான ஒரு புன்னகையை அணிந்தவராகவும் அவர் தென்பட்டார். அவர் என்னைக் காட்டிலும் மிக இளையவர் என்றாலும் அவரது தலையும் என்னைப் போலவே வழுக்கையாக இருந்தது எனக்கு அவர் மேல் கூடுதல் அன்பு ஏற்படக் காரணமோ என்கிற சந்தேகம் எனக்கு அடிக்கடி வருவதுண்டு. அயர்லாண்டின் கார்க் தீவின் கவிஞராகிய கார்ல் தனது மண்ணையும் அதன் பண்பாட்டையும் வெகுவாக நேசிப்பவர். பிற துறையிலிருந்து கவிதைக்கு வருகிற ஒருவர் என்ற விதத்தில் கவிதையையும் பிற கலைத் துறைகளையும் ஒரு மகரந்த சேர்க்கைக்கு ஆட்படுத்தவேண்டும் என்று முயற்சி செய்கிறவர். இவரது கவிதை சினிமா என்கிற கருத்துருவாக்கம் என்னைக் கவர்ந்தது. காகிதத்தில் கவிதை எழுதும் காலம் கடந்து செல்லுலாய்டில் கவிதை எழுதும் அளவுக்குத் தற்காலக் கவிஞர்கள் செல்லவேண்டும் என்று நினைத்து அதைச் செயலாக்கி இருக்கிறார். இதன் வெளிப்பாடாக இரண்டு "கவிதை சினிமா"க்களை எடுத்து இருக்கிறார்.

நான் நெதர்லாண்டின் பெண் ஓவியர் ஆண்டினா வெர்பூம் என்பவருடன் இணைந்து செய்த பரிசோதனை அவருக்குப் பிடித்திருந்தது. நானும் ஆண்டினா வெர்பூமும் ஒரு குறிப்பிட்ட அனுபவத்தைத் தேர்ந்தெடுத்து விட்டு அவர் அதை ஓவியமாகத் தீட்டுவார். நானதைக் கவிதையாக எழுதுவேன். பிறகு அவ்விரண்டு படைப்புகளையும் ஒப்பிட்டுப் பார்த்து இரண்டு கலை சாதனங்களுக்குள் இருக்கும் பலம், பலவீனங்களை விவாதிப்போம். இப்படிச் செய்யப்பட்ட ஓவியங்களையும் எனது கவிதைகளையும் ஒரு கண்காட்சியாக சென்னையில் உள்ள ஏ.பி.என். அம்ரோ வங்கியின் கலை அரங்கில் கண்காட்சியாக வைத்து ACRYLIC MOON எனும் பெயரில் ஒரு

கவிதையும், வண்ண ஓவியங்களும் கொண்ட புத்தகமாக வெளியிட்டோம். இந்தத் தொகுப்பைப் பார்த்துவிட்டு காஸ்ம் வெகுவாகப் பாராட்டினார்.

காஸ்ம் எழுதும் பல கவிதைகளும் பரிசோதனையாகவே செய்யப்படுபவை. குறிப்பாக அவர் ஸ்காட்லாண்டு, ஆங்கில பேலேக்கள், பால்டிக், ஸ்லாவிக் வீரதீரக் கதைகள் பேசும் வாய்மொழி மரபுகளின் தற்கால வடிவங்களை உருவாக்குவதில் அதிக முயற்சி எடுத்துக் கொள்கிறார். ஆனால், அவை அதீத நாடகத் தன்மை அற்றவையாக இருக்க வேண்டும் என்று சொல்கிறார். அப்போதுதான் அது தற்காலப் புரிதலுடன் கூடிய உணர்வு கொண்டிருக்கும் என்று சொல்கிறார். தாள லயத்துடன் பாடப்பட்ட வாய்மொழி மரபை தற்கால எழுத்தின் மௌன வாசிப்பு கவிதைக்குக் கொண்டு வருகிறபோது அதில் பல மாற்றங்களைக் கொண்டு வர வேண்டும் என்று சொல்கிறார்.

அண்மையில் எனக்கு மின்னஞ்சல் ஒன்று அனுப்பி இருக்கிறார், அவர் எடுத்த "கவிதை சினிமா"வைத் தமிழில் மொழி மாற்றம் செய்ய முடியுமா? என்று கேட்டு.

*

காலம். எம். ஸகல்லி படைப்புகள்

பின்னகர்ந்து செல்லும் கதை

நேன் அம்மையாரின் இறுதிச் சடங்கில்
பதினேழு பேர் மட்டுமே இருந்தார்கள்.
யாருமே முதல் வரிசையில் அமரவில்லை.
சென்ற முறை இதுபோன்ற கூட்டம் வந்தது
மூன்று ஆண்டுகளுக்கு முன்பு
அவளது நூறாவது பிறந்த நாளில்தான்.
கே, மேரி இருவரும் புன்னகைத்துக் கொண்டிருந்தார்கள்.
கேக் வெட்டி அறை முழுவதும்
விநியோகித்துக் கொண்டிருக்கும் போது.
அவளது சகோதரன் மட்டும் அப்போது அங்கு இருந்திருந்தால்?
பதினைந்து வயது இளையவனான அவனைக்
கவனித்துக் கொண்டாள் அவனது இறுதி முறை வரும் வரை.
படுக்கை அறையாக மாற்றும் வசதி கொண்ட முன் அறையில்
அவனை இழுத்தடித்துக்கொண்டு.
அவன் இங்கிலாந்திலிருந்து அன்றுதான் வீட்டுக்கு வந்தபோது
அவளுக்கு அவன் யாரோ அந்நியனைப்போல் இருந்தான்
கடலுக்கு அப்பால் அவனது பெரிய வாழ்க்கையின் கதைகளை
மீண்டும் நினைவு கூர்ந்து கொண்டு.

அதற்கு முன்னால் பச்சைப் புல்வெளியில் இருந்த வீடு
பல ஆண்டுகளாக அமைதியில் மூழ்கிக் கிடந்தது.
நல்ல அண்டை வீட்டுக்காரர்கள், நண்பர்கள், ஊருக்குள் பேருந்து.
அவளது கடைசித் தங்கையின் குழந்தைகள்
கல்லூரியை முடித்தபோது
அவள் லாட்ஜர்ஸை தத்து எடுத்துக்கொள்வது பற்றி
சிறிது யோசித்தாள்.
மேனஸ் டாக்டர் படிப்பை முடித்தாள்
அவளது சகோதரி கிராஃபோர்ட் பல்கலைக்கழகத்தில்
கலைப் படிப்பை முடிக்கும் முன்னால்.
அவள் லோ விடுதியின் ஓவியம் ஒன்றைத் தீட்டி
வரவேற்பறையில் மாட்டினாள்.
ஒரு செப்டம்பரில் அவளது சகோதரியின் மகள் ஆஷ்லிங்,
மிக அமைதியான பெண்
முதன் முதலில் வந்து நின்றாள்.
அதெல்லாம் டோமினிக் இறந்து
பன்னிரண்டு மாதங்களுக்குப் பிறகு.
அழுகிப் போன அவனது உடம்பு
கான்சர் வார்டின் வெளியே வைக்கப்பட்டிருந்தது.
அவனுக்கு அந்த மோசமான செய்தியைச் சொன்னபோது
அவர்கள் நெருக்கமாக கட்டியணைத்துக் கொண்டார்கள்.
அதற்கு முன்னால் வேலை என்பது
கொஞ்ச நாளாக மிகவும் கடினமானதாக இருந்தது.
அவன் ஏன் மாறிப் போனான் என்பது
அவளுக்கு விரக்தியளிப்பதாக இருந்தது.
அந்த இடத்தைச் சுற்றி வந்து
அவள் வீட்டு வேலைகளைச் செய்து வந்தபோது
அவர்கள் மிகவும் மகிழ்ச்சியாக இருந்தார்கள்.
ட்ரகும்னவிலிருந்த குறுகிய கால விடுமுறைகள்.
ஸ்கிப்பில் இருந்த வீட்டின் ஊடாக நீண்ட உலாவல்கள்.
பக்கத்து வீட்டுக்காரர்கள்
இன்னும் வந்திருக்க மாட்டார்கள் என்ற நம்பிக்கையில்
கிறீச்சிடும் சிறிய கட்டிலில் காதல் செய்தல்.
அவர்கள் நீண்ட தீவை விட்டு ஒரு கல்விப் பயணத்தில்

இந்திரன்

சந்தித்துக் கொண்டார்கள் வாஷிங்டன் போகும்
ஒரு சாம்பல் நிறப் பேருந்தில்.
அவர்கள் பால்டிமோரைக் கடந்து போனபோது
அவன் தனது தலையை வெளியே
நீட்டிக் கத்தினான். ஆமாம் இது எனது சொந்த ஊர்.
அவன் என்ன சொன்னான் என்பது
அவளுக்கு உணர்வு பூர்வமாகத் தெரிந்தது.
திருமதி மர்டோக் இறந்தபோது
அவள் ஒருவிதமாக உணர்ந்தாள் உலகினால்
தான் குறியிடப்பட்டு விட்டது போல.
குழந்தைகள் பெற தனக்கு அதிக வயதாகிவிட்டது என்றும்
காதல் என்பது ஒரு
மறைந்து வரும் கனவு என்றும் அவளுக்குத் தெரிந்தது.
மேரி மர்டோக் வாக்குறுதி அளித்திருந்த
வெர்மவுண்ட்டிலிருந்த வீட்டை
அவளது மகன் ஏமாற்றி விட்டான்.
அவனுக்கும் வழக்கறிஞருக்கும் இடையே
ஏதோ உடன்பாடு வந்து விட்டது.
அவளது முதலாளி முதியோர் இல்லம் போவதற்கு
மூன்று நாள் முன்னால் அவள்
நேனின் கைப்பையில் ஒரு கற்றைப் பணத்தைச் செருகினாள்.
எல்லாம் நூறு டாலர் நோட்டுகள்.
உண்மையில் அவர்கள் நண்பர்களைப் போல் இருந்தார்கள்
நட்பில் நேன் காரை ஓட்டிச் செல்லும் இடத்தில்.
ரோக்கவேயிலிருந்து. நியூ இங்கிலாந்து வரையிலும்
கோடையில் நாட்டை விட்டு
வெளியேறிய பிறகு இது அவளுக்குக் கிடைத்த
மூன்றாவது வேலை.
வயது முதிர்ந்த மூதாட்டி ஒருவரின்
வீட்டைப் பார்த்துக்கொள்ளும் வேலை
ஆனால் இதற்கு
யாரையாவது தெரிந்திருக்க வேண்டி இருந்தது புரூக்ளின்
பாலத்தின் சுங்கம் வசூலிக்கும் வேலை.
ஆனால் அது மிகவும் சலிப்பூட்டுவதாக இருந்தது.

அவள் வீட்டு வேலைக்குப் போய் விடுவது என்று முடிவெடுத்தாள்
அவளது அப்பாவின் கண்டிப்பான அறிவுரைக்குப் பிறகும்:
"நீ கடைசியில் கையில் சல்லிக் காசில்லாத
கல்யாணமாகாத முதிர் கன்னியாகப்
போகிறாய்."
காப்பயரில் அவளுக்கு வழி கூட்டி அனுப்பியபோது
அவர் அவளது கையை
நொறுங்கும் விதமாகப் பிடித்தார்.
அவர் அவளைக் கட்டிப் பிடித்து முத்தமிட விரும்பினார்.
ஆனால் அவருக்கு அது எப்படி என்று தெரியவில்லை.
அவர் அவளை மீண்டும் பார்க்கப் போவதில்லை என்று
அவருக்குத் தெரிந்திருந்தது.
அவரோடு கார்க் வரை ரயிலில் சென்றபோது
ஒரே பாடல் மனதில் ஓடியது:
ஆண்ட்ரூ சகோதரிகள்
அவள் கடைத் தெருவில் வேலை செய்துகொண்டிருந்தபோது
அவர் அந்த இசைத் தட்டை அவளிடமிருந்து பறிமுதல் செய்தார்.
அது எதில் போய் முடியும் என்று அவள் வியந்தாள்.
கேலனன்ஸில் வேலை செய்வதை அவள் விரும்பினாள்.
திருமதி.சி. அவளை எடுபிடி வேலைகளுக்காக
முடிவில்லாமல் வெளியே அனுப்பினாள்.
வியாபாரம் மிக நன்றாக இருந்தது.
கூனி கடையில் நுழை, பணத்திற்கு சில்லறை வாங்கு.
ஐரோப்பாவில் போர் மூண்டு விட்டது என்பதை
அவர்களுக்குச் சொல்.
அவள் மளிகைக் கடையில் நுழைந்தபோது
இரண்டு மர்ஃபீ பெண்கள்
ஜன்னலுக்குப் பக்கத்தில் அமர்ந்து
ஐஸ்கிரீமைப் பகிர்ந்துகொள்வதை அவள்
பார்த்தாள்.
நேன் கேவைப் பார்த்து புன்னகைத்து
தனது சுருண்ட கேசத்தை உதறிக்கொண்டாள்.
கோடைக்காக கார்க்கிலிருந்து வருகிறேன் என் குட்டிப் பிள்ளைகளே.

*

கால்ம். எம். ஸ்கல்லி சில குறிப்புகள்...

கால்ம்.எம்.ஸ்கல்லி நேற்று கூட ஒரு கவிதையை எனக்கு அனுப்பி இருந்தார். அதில் அவரது பூனை போன்ற மிருதுத்தன்மை மேலெழுந்து மிதந்து அயர்லாண்டில் அவரோடு கழித்த நாள்களை நினைவூட்டியது.

கால்ம். எம். ஸ்கல்லி அயர்லாண்டு நாட்டின் கார்க் தீவைச் சேர்ந்த ஐரிஷ் கவிஞர். மருந்து தயாரிக்கும் துறையில் இரசாயன பொறியியலாளராகப் பணியாற்றினாலும் கவிதைத் துறையில் தொடர்ந்து இயங்குபவர். 1997—2002 வரை இவர் மைக்ரோ பயாலஜியில் நேஷனல் யுனிவர்சிட்டி ஆஃப் அயர்லாண்டில் கல்வி கற்று பட்டம் பெற்றவர். இவர் இத்துறையிலேயே தான் செய்த ஆராய்ச்சிக்காக 2002—2004 இல் டாக்டர் பட்டமும் பெற்றவர். இவரது பல கவிதைகள் சைஃபர் (CYPHER), “தி ஸ்டோனி தர்ஸ்டே புக்” THE STONY THURSDAY BOOK, ஓ பீல் ஐந்து வார்த்தைத் தொகுப்பு (THE O BHEAL FIVE WORD ANTHOLOGY) ஆகியவற்றில் இடம்பெற்றவை. இளம் தலை முறைக் கவிஞர்களில் பல பரிசோதனை முயற்சிகளை மேற்கொள்பவர். இவர் இரண்டு கவிதைத் திரைப்படங்களை எடுத்து முடித்திருக்கிறார்.

இவர் லாங் வேலி பார் உடன் இணைந்த “ஓ பீல் ஓபன் மைக்” குழுவின் சுறுசுறுப்பான ஒரு செயல்பாட்டாளர். இவர் தனது கவிதை வாசிப்புக்காக இங்கிலாந்துக்கு இலக்கியப் பயணம் மேற்கொண்டவர்.

●

மக்டாரா உட்ஸ் (MACDARA WOODS)

ஐரிஷ் கவிஞர்

தூக்கில் தொங்கும் மனிதன் சரணடையவில்லை

"கவிதை எதையாவது தெரிவிக்க முயலும். ஆனால் தெரிவிக்காது."

- ராபர்ட் ஃப்ராஸ்ட்

முட்டாள் என உலகம் கருதும் ஒருவன் ஒரு மரத்தின் கீழே தனது புனித ஆத்மாவைப் பற்றிய தத்துவ விசாரணையில் மூழ்கிக் கிடக்கிறான். உணவு, உறக்கம் இல்லாமல் கிடக்கும் அவனை ஒன்பது நாள்களாக மக்கள், பறவைகள், விலங்குகள், மேகங்கள் எல்லாம் கடந்து செல்கின்றன

ஒன்பதாவது நாள் ஏதென்று தெரியாத ஒரு காரணத்துக்காகத் திடீரென கழுத்தில் சுருக்கு மாட்டிக் கொண்டு மரத்தின் கிளையிலிருந்து தலை கீழாய்த் தொங்கி விடுகிறான் அவன். முகத்தில் மரணத்தின் பீதி கிடையாது. நிம்மதி. ஒரு கணத்தில் தனது தேவைகளை, ஆசைகளை, அறிவை சமர்ப்பணம் செய்து சரணடைந்து விட்ட நிம்மதி. தனது ஆன்மீகத் தேடலின் முன் முழுக்க முழுக்க சரணாகதி அடைந்து விட்ட அவனது முகத்தில் உடம்பின் வாதையோ, அனுபூதி நிலை அடைந்த பூரிப்போ கிடையாது. மழை பெய்து கழுவித் துடைக்கப்பட்ட நீல வானம் போல் இருந்தது அவனது முகம். அவனது சட்டைப் பாக்கெட்டிலிருந்து காசுகள் கீழே கொட்டிச் சிதறுகின்றன. அவனுக்கு அது பணம் என்றே தோன்றவில்லை. அவை வெறும்

வட்டமான உலோகத் துண்டுகளாகவே தென்படுகின்றன. சிறிது நேரத்தில் அவன் மறுபடி நிமிர்ந்து விடுகிறான். ஆனால் அவனது பார்வைக் கோணம் இப்போது முற்றிலும் மாறி விட்டிருக்கிறது.

வரப்போகும் அதிர்ஷ்டங்களைச் சொல்லும் "டேரோ" (TAROT) சீட்டுக்கட்டில் இருக்கும் பல சீட்டுகளில் ஒரு சீட்டு இந்த "முட்டாளின்" படத்தைத் தான் தாங்கி நிற்கிறது.

இது முட்டாளின் குறியீடு அல்லவென்றும் இது உலகிற்கு மெய்ஞ்ஞானத்தைக் கொண்டு வருவதற்காகத் தன்னையே தியாகம் செய்த ஒடின் என்கிற கிரேக்கக் கடவுளின் குறியீடு என்றும் சொல்லப்படுவதுண்டு. மற்றும் சிலர் இது போதிமரத்துக்குக் கீழே தவம் செய்து ஞானம் அடைந்த புத்தரின் போதிசத்துவ நிலை என்றும் சொல்வதுண்டு. இருத்தலியல் ரீதியான பல்வேறு அர்த்தப் பரிமாணங்களைக் கொண்ட தூக்கில் தொங்கும் மனிதனின் குறியீட்டைத் தனது கவிதைத் தொகுதியின் தலைப்பாகப் பயன்படுத்தியிருந்தார் ஒரு ஐரிஷ் கவிஞர்.

"தூக்கில் தொங்கிய மனிதன் சரணடையவில்லை" புத்தகக் கடையில் கவிதைத் தொகுப்பு ஒன்றின் தலைப்பைப் பார்த்தவுடனேயே அந்த நூலை எழுதியவர் யார் எனத் தேடினேன். மக்டாரா உட்ஸ் (MACDARA WOODS) எனும் ஐரிஷ் கவிஞர் என்று தெரிய வந்தபோது அவரைச் சந்திக்க முடியாதா என ஏங்கினேன்.

*

69 வயது நிரம்பிய அந்த மூத்த ஐரிஷ் கவிஞரை நான் ஆசைப்பட்டது போலவே நேரில் சந்திக்க நேர்ந்தது 2010இல். டப்ளின் நகரில் நடந்த ரெனிலா கலை விழாவில் எனது ஆங்கிலக் கவிதைகளை வாசிக்க சென்றிருந்தபோது என்னை கவிஞர் மக்டாரா உட்ஸுக்கு அறிமுகப்படுத்தினார் அவரது மனைவியும் மூத்த ஐரிஷ் பெண் கவிஞருமான எலைன் நி க்யூலினன் (EILEAN NI CHUILLEANAIN).

மக்டாரா உட்ஸ் மக்களால் நன்கு அறியப்பட்ட கவிஞர். பதினாறு கவிதைத் தொகுதிகளை வெளியிட்டிருப்பவர். அவரது

கவிதைத் தொகுப்புகளின் தலைப்புகளே வித்தியாசமானவை. — "குருதி நிறப் பூக்கள் கொண்ட நாட்டிலிருந்து குறிப்புகள்" (NOTES FROM THE COUNTRY OF BLOOD RED FLOWERS-1994), வானம்பாடித் தண்ணீர் (THE NIGHTINGALE WATER - 2001), "தூக்கில் தொங்கிய மனிதன் சரணடையவில்லை" (THE HANGED MAN WAS NOT SURRENDERING-1990) என்று அவரது கவிதைத் தொகுதிகள் தனக்கெனத் தனியான குரலுடன் பேசுபவை.

அவரது எழுத்துகளின் ஆற்றல் அவற்றின் எளிமையைத் தாண்டி விகசிப்பது. நினைவுகளின் அடுக்குகளில் இருக்கும் நுட்பமான விவரணைகளை கவித்துவமான மொழியில் சொல்லும் பாங்கு அவரது தனி முத்திரை. எளிமையின் கீழே அடி ஆழத்தில் சலசலத்து ஓடுவது ஆழமான தத்துவ விசாரணைகள். மரணத்தைப் பற்றிய அவரது வர்ணனைகள் மிகவும் ஐரிஷ் பண்பாட்டு அடையாளங்களைக் கொண்டவை.

இவரது கவிதைகள் பன்னிரண்டுக்கு மேற்பட்ட மொழிகளில் மொழிபெயர்க்கப் பட்டிருந்தன. இவரது கவிதைகள் அனுனா, போனிட்டாஹில் போன்ற இசைக்குழுக்களால் இசையமைக்கப் பட்டு பல மேடைகளில் ரசிகர்களால் அனுபவிக்கப்பட்டவை.

இவர் கடந்த பல ஆண்டுகளாகத் தொடர்ந்து வெளிவரும் இலக்கிய இதழான "சைஃபர்" எனும் இதழை பியர்ஸ் ஹட்சின்சன், லிலாண்ட்டு பார்ட்வெல், மற்றும் தனது மனைவி ஆகியோருடன் இணைந்து நிறுவி இன்று வரையிலும் அதன் ஆசிரியர் குழுவிலும் பணியாற்றி வருகிறார். சான்ஃபிரான்சிஸ்கோவிலிருந்து மாஸ்கோ வரை பல்வேறு நாடுகளில் பல கவிதை வாசிப்புகளை நிகழ்த்தி உலக அளவில் பிரபலமடைந்திருந்தார் அவர். இத்தகைய உலகப் புகழ் பெற்றவரிடம் நான் அறிமுகப்படுத்தப்பட்டேன் அவரது மனைவியாகிய கவிஞரால்.

நான் அவரிடம் அறிமுகப்படுத்தப்பட்டபோது எந்தவித மிகை உணர்ச்சியையும் காட்டாமல் அளவோடு புன்னகைத்துக் கைகுலுக்கிய போது அவர் ஒரு கவிஞராக இருப்பார் என்பது கூட எனக்கு உறைக்கவில்லை. "அடக்கி வாசிப்பது" என்று நமது ஊர்களில் சொல்வார்களே அதைத்தான் அவர் செய்தார்.

அவர் ஒரு மூத்த கவிஞர் எனும் செய்தியே, அந்த விழாவின் கவிதை வாசிப்புக்கு அவர் தலைமை தாங்க வந்தபோதுதான்

தெரிய வந்தது. மிக மிக அமைதியான மனிதராக இருந்து கவிதை அரங்கத்தை அவர் ஒழுங்கு செய்த அழகை நீங்கள் பார்க்கவில்லையே என்று இப்போதுகூட எனது மனம் வருந்துகிறது. எதையுமே உயர்வு நவிற்சி அணியோடு உரக்கப் பேசிப் பழகிய நமது மேடை நாகரிகத்திலிருந்து அது வேறு பட்டதாக இருந்தது. கவிதை வாசிப்பைத் தலைமை தாங்கி நடத்தும்போது கூட அவர் மேடையில் ஏறி நின்று பேசவில்லை. மேடையை ஒட்டித் தரையில் போடப்பட்டிருந்த நாற்காலி ஒன்றில் அமர்ந்தபடியேதான் அவர் கவிதை வாசிக்கப் போகிற கவிஞர்களை அறிமுகப்படுத்தினார். மொத்த அரங்கமும் சினிமா திரையரங்கு போல இருண்டு இருக்கும்போது மேடை மீது கவிதை வாசிப்பவரின் மீது மட்டுமே வெளிச்சம் பாயுமாறு விளக்குகளின் அமைப்பு இருந்தது. எனவே அவர் மீது சிறிது வெளிச்சம் மட்டுமே விழுந்தது. அவர் அதை ரசித்தவராக செயல்பட்டார்.

*

அடுத்த முறை அவரை பார்மல் ஸ்கொயரில் இருந்த ஐரிஷ் எழுத்தாளர் மையத்தில் (IRISH WRITERS CENTRE) சந்தித்தபோது அவர் என்னிடம் இந்தியாவைப் பற்றிய நாவல் ஒன்றை தான் தற்போது படித்து வருவதாக என்னிடம் தெரிவித்தார். தன்னை ஒரு கவிஞர் என்று சொல்லிக்கொள்வதைக் காட்டிலும் தன்னை ஒரு தேடுதல் மிகுந்த வாசகன் என்று சொல்லிக்கொள்வதிலே அதிக பெருமை அடைகிறவராக அவர் இருந்தது எனக்கு மிகுந்த ஆச்சரியத்தைக் கொடுத்தது. ஒரு எழுத்தாளன் எழுதுவதற்கு என்று ஒரு நேரத்தை ஒதுக்குவதுபோல படிப்பதற்கும் ஒரு நேரம் ஒதுக்குவதை நான் அவரிடம்தான் முதன் முதலில் கண்டேன். பெயர் பெற்ற ஒரு கவிஞருக்குள் தீவிரமான ஒரு வாசகன் இருப்பது ஒரு முரண் என்று தோன்றும் அளவுக்குப் புத்தகம் படிக்காமல் வெறும் பெயர் உதிர்ப்புகளை மட்டும் செய்யும் ஏராளமான தமிழ் எழுத்தாளர்களை ஏற்கனவே நான் சந்தித்து வைத்திருந்தது இதற்கொரு காரணமாக இருக்கலாம்.

நான் இப்போது “ஷாந்தாராம்” (SHANTHARAM) எனும் நாவலைப் படித்துக்கொண்டிருக்கிறேன் என்று அவர் சொன்னபோது இவர் ஏன் கவிதை படிக்காமல் நாவல் படிக்கிறார் என்று கூட எனக்குத் தோன்றியது. அது ஆஸ்திரேலியாவின்

சிறை ஒன்றிலிருந்து தப்பிக்கிற கொள்ளைக்காரன் ஒருவன் இந்தியாவின் மிகப் பெரும் நகரமாகிய மும்பைக்கு வந்து எப்படியெல்லாம் அதன் மிகப்பெரிய சேரியில் வாழ்கிறான் என்பதும், அப்போது அவன் மனதில் ஏற்படும் மாற்றங்கள் பற்றியதுமாக ஆங்கிலத்தில் எழுதப்பட்ட நாவல். அதன் படைப்பாளியான கிரிகரி டேவிட் ராபர்ட்ஸ் (GREGORY DAVID ROBERTS) உண்மையாகவே ஒரு கொள்ளைக்காரர். ஆஸ்திரேலியாவில் வங்கிக் கொள்ளைக்காக சிறையில் அடைக்கப்பட்டு அதிலிருந்து தப்பி இந்தியாவுக்கு வந்தவர். ஒருவகையில் பார்த்தால் சுயசரிதைத்தனமான ஒரு புதினம் அது. இந்தியாவைப் பற்றித் தெரிந்துகொள்வதில் கொண்ட அவரது அதிகபட்ட அக்கறையின் காரணமாகத்தான் அவர் அந்த நாவலைப் படித்துக்கொண்டிருந்தார் என்பது அவர் மீதான எனது மரியாதையை உயர்த்தியது. நான் அவருடன் சற்றுக் கூடுதல் நெருக்கமாக உணர்ந்தேன்.

*

மக்டாரா உட்ஸின் கவிதைகள் மிகவும் ஐரிஷ் பண்பாட்டு ரீதியான தொனிப்பொருளைக் கொண்டவை என்றபோதிலும் அவை ஒரு சர்வதேசத்தனமான செய்தியை, வாசகரை பயமுறுத்தாத எளிமையில் பேசியதன் காரணமாக ஐரிஷ் கவிதை எல்லைகளை அகலப்படுத்தி இருக்கிறார் என்று ஐரிஷ் விமர்சகர்கள் கருதுகிறார்கள்.

காதலைப் பற்றியதாகத் தெரியும் இந்தக் கவிதை வரிகளை எடுத்துக்கொண்டாலே நாம் இதனை உணரலாம். காதலைப் பற்றிப் பேசுவது போல அவர் மரணத்தைப் பற்றியும் பேசி விடுகிறார்.

> "திரையை விலக்கியது யார்?
> காற்று மட்டுமே. காற்றின் கரம்.
> காற்றில் வெளிச்சத்தை நடனமாடச் செய்தது எது?
> கடலின் வெளிச்சம் சூரியனை வருடுகிறது.
> இரவு வந்தபோது நடந்து வந்தது யார்?
> தனது வீட்டைப் பற்றி யோசிக்கும் இரவு நேரக் காவல்காரன்.
> சூரியனிலும் குளிர்ந்துள்ள அந்த ஜூரம் யாருடையது?

என் காதலின் ஜுரம் அது.
தனிமையில் வாடுகிறது.
நான் மாலையில் சந்திக்கும் அந்த அந்நியன் யார்?
எதிர்காலம் மட்டுமே.
காதல் வருகிறது, போகிறது.''

இன்னொரு இடத்தில் மரணத்தைப் பற்றி பேசுகிறபோது அவர் மரணத்தை ஒரு ஐரிஷ்தனமான பின்னணியில் வைத்துப் பேசுகிறார். அயர்லாண்டை எடுத்துக்கொண்டால் அவர்கள் தங்களின் பெரும் பகுதியை மது விடுதிகளிலேயே கழித்து விடும் மது பண்பாட்டைக் (PUB CULTURE) கொண்டவர்கள். அயர்லாண்டு முழுவதும் தெருவுக்குத் தெரு மது விடுதிகளைக் காணலாம்.

மக்டாரரா உட்ஸ் மரணத்தை பற்றி கீழ்க்கண்டவாறு பேசுகிறார்.

''இந்த இருட்டில்
என் காலத்துக்கு விடை கொடுத்தபடி
சூரிய வெளிச்சத்தின் ஞாபகங்களோடு
ஆர்ட்டிசோக் திராட்சை ரசத்தின் நினைவுகளோடு''

என்று எழுதிச் செல்கிறார். இவரது பெரும்பாலான கவிதைகள் நீள் கவிதை வகையைச் சேர்ந்தவை. அதில் வரும் சில வரிகள் தான் இவை. இதில் சூரிய ஒளியின் ஞாபகம் என்பது குளிர் நாடுகளின் மிக மகிழ்ச்சிகரமான நாள்களைக் குறிக்கிறபோது, ஆர்ட்டிசோக் திராட்சை ரசம் பற்றிய குறிப்பு கசப்பான சுவையைப் பேசுவது ஆகும். ஆர்ட்டிசோக் என்பது ஒருவகை காய்கறி. இது சற்று கசப்பான சுவை கொண்டது. பொதுவாக சிவப்பு திராட்சை ரசத்தை அருந்துகிறபோது சிவப்பு மாமிசத்துடனும், வெள்ளை திராட்சை ரசத்தை அருந்துகிறபோது வெள்ளை மாமிசத்துடனும் அருந்த வேண்டும் என்பது வழமையான முறை. ஆனால் திராட்சை ரசத்தை ஆர்ட்டிசோக் எனும் காய்கறியுடன் சேர்த்து அருந்துகிறபோது மதுவின் சுவை அக்காய்கறியின் பிரத்தியேகமான கசப்பின் சுவையுடன் சேர்ந்து ஒரு புது உச்சத்தை அடையும் என்று சொல்லப்படுவதுண்டு. இனிமையும் கசப்பும் கலந்த வாழ்வின் சுவை பற்றிப் பேசுகிறார் கவிஞர்.

மக்டாரா உட்ஸின் கவிதைகளை அனுபவிக்க ஐரிஷ் பண்பாட்டின் பின்னணி அந்த நாட்டின் குடிப்பழக்கத்திலிருந்து அந்நாட்டின் பூகோள அமைப்பு, சீதோஷ்ண நிலை வரை தெரிந்திருக்க வேண்டும். ஆனால் கவிதையின் அடி ஆழத்தில் பேசப்படுவது மனித குலம் முழுவதுக்கும் சொந்தமான இருத்தலியல் பிரச்சினைகள்தாம்.

மக்டாரா உட்ஸ் கவிதைகளின் தொனி எதையும் தீர்மானமாக வாசகனின் மீது திணிக்காத ஒரு தொனி. "கவிதை எதையாவது தெரிவிக்க முயலும். ஆனால் தெரிவிக்காது" என்கிற ராபர்ட் ஃபராஸ்டின் மகா வாக்கியத்திற்கான மிகச் சிறந்த உதாரணம் மக்டாரா உட்ஸின் கவிதைகள்.

அவரோடு பழகிய பிறகுதான் தெரிந்துகொண்டேன், அது அவரது கவிதையின் தொனி மட்டுமல்ல, அவரது இயல்பான ஆளுமையின் தொனியும்கூட அதுதான் என்று.

*

மக்டாரா உட்ஸ் படைப்புகள்

கொக்கு

இங்கே அமர்ந்து பார்.
எப்படி எல்லாமே மீண்டும் மீண்டும் வருவதை.
ஒரு கொக்கு
மிட்டாய் போன்ற
உடம்பை வைத்துக்கொண்டு சேற்றில் நிற்கிறது.
மனிதனாக பறவையாக
ஒரு வாழ்நாள் பூமியின் வடிவத்தில் கழிக்கப்பட்டது.
நீரின் வெளிச்சம்
கீழிருந்து பிரதிபலிப்பது பற்றி.
அவன் நிரப்புகிறான்
சிதறடிக்கப்படாத தன்னைப் பற்றிய அமைதியை.
யாருமற்ற பூங்கா
ஏரியின் மீதான சிறிய காற்று.
மற்றும் அமைதி, பறவை, மற்றும்
மீன்களுக்குச் சொந்தமான பரிமாணத்துடன்
மேலும் பறவை மட்டுமே அது எந்த அளவு
வித்தியாசமாக இருக்கிறதோ அந்த அளவுக்கு.
*

இந்திரன்

மக்டாரா உட்ஸ் சில குறிப்புகள்...

மக்டாரா உட்ஸ் (1942) ஐரிஷ் கவிதை உலகில் மிக அசலான கவிதைக் குரலுக்குச் சொந்தக்காரர். பத்து கவிதைத் தொகுதிகளும், பல மொழிபெயர்ப்புகளும், தொகுப்புகளும் செய்திருக்கும் கவிஞர். உலகம் முழுவதும் சுற்றி வரும் இக்கவிஞர் தற்போது டப்ளின் நகரில் வாழ்ந்து வருகிறார். எலைன் நிக்யூலினன் எனும் சிறந்த கவிஞரை மணந்து கொண்ட இவருக்கு நியால் என்கிற மகன் உண்டு. கலை இலக்கியத்துக்கு இவரது பங்களிப்பைப் பாராட்டும் விதமாக இவர் AOSDA'NA எனும் கலைக் கழகத்தின் அங்கத்தினராகத் தேர்ந்தெடுக்கப்பட்டுள்ளார்.

இவரது கவிதைகள் பல இசையமைக்கப்பட்டு இசை நிகழ்ச்சிகளாக அரங்கேறியுள்ளன.

இவரும், இவரது மனைவியும், பியர்ஸ் ஹட்சின்சன், லெலண்ட் பார்ட்வெல் ஆகியோரும் இணைந்து தொடங்கிய "சைஃபர்" எனும் இலக்கிய இதழ் பல ஆண்டுகளாக இன்னும் தொடர்ந்து வெளிவந்து கொண்டிருக்கிறது.

வாசிப்பதற்குச் சற்று எளிதாக இல்லாவிடினும் இவரது கவிதைக் குரல் தனித்துவமானது. ஐரிஷ்தனமான, சர்ரியலிச மொழி வெளிப்பாடுகளின் மூலமாக குடும்பங்களுக்குள் உலவும் புராணிகங்களையும், இளமைக்காலத்தையும் குறுக்கு விசாரணை செய்யும் இவரது கவிதைக் கலை வித்தியாசமானது என்று விமர்சகர்களால் கருதப்படுகிறது.

இரண்டாம் உலகப் போருக்குப் பிறகான அழகியலை இவரது 60களின் கவிதைகள் பேசுகின்றன. "ரெனிலாவில் விளக்குகளை நிறுத்துவது" எனும் இவரது நூலின் வெளியீடு இவர் மீதான கவனத்தைக் குவிப்பதான நிகழ்வாக அமைந்தது. இவரது திறமை, விடாமுயற்சி, துணிச்சல் ஆகியவை ஒரு சிறந்த கவிஞராவதற்கான சிறந்த முன்னுதாரணங்கள். இவரது கவிதைகளில் பொதுப் பிரச்சினைகள் கூட அந்தரங்கமான தொனியில் வீட்டுப் பிரச்சினை போன்ற வெளிச்சத்தில் மிக நாசுக்காகக் கையாளப்படும் என்று BOOKS IRELAND இதழ் குறிப்பிடுகிறது.

1970இலிருந்து தொடர்ந்து மக்டாரா உட்ஸின் கவிதைகள் ஐரிஷ் கவிதையின் எல்லைகளை சர்வதேசியம் நோக்கி நகர்த்தி வந்த அதே நேரத்தில் அவற்றின் சொந்த ஐரிஷ் மண்ணில் அதன் மொழி, மரபு ஆகியவற்றில் வேர் பிடித்திருக்கும் தன்மையினால் தனி அடையாளம் ஒன்றைக் கொண்டதாக இலங்குகிறது.

நீள்கவிதைகள் தற்காலத்துக்குப் பொருந்தாது என்று கருதப்படும் இன்றைய காலகட்டத்தில் இவரது கவிதைகளில் பெரும்பான்மையான கவிதைகள் நீள்கவிதைகள்தாம். இசைக்குப் பொருந்துமாறு எழுதப்பட்ட கவிதைகள் மட்டுமே குறுங்கவிதைகளாக அமைகின்றன.

கவிதை நூல்கள்

1970	Decimal D. Sec Drinks in a Bar in Marrakesh
1973	Early Morning Matins
1987	Stopping the Lights in Ranelagh
1989	The Hanged Man was not Surrendering
1994	Notes from the Countries of Blood-Red Flowers.
1997	With Orla Woods he translated The King of the Dead and Other Libyan Tales, by Redwan Abushwesha
1996	His first Selected Poems appeared

பிற நூல்கள்

- Biglietto Di Sola Andata (trans. Rita Castigli, foreword by Paul Cahill, Moby Dick, Faenza, 1998)
- Pesaro Ai Miei Piedi (trans. Rita Castigli, foreword by Paul Cahill, Volumnia, Perugia, 1999)
- Knowledge In The Blood: New and Selected Poems (Dedalus, Dublin, 2000)
- The Nightingale Water (Dedalus, Dublin, 2001)

குறுந்தகடுகள்

- Text, Context, Co-Text & Co-Co-Text (Figs, track 17) with composer John Wolfe Brennan. (Creative Works Records, Lucerne 1994)
- Elvengamello (A Map Of Valentine track 8) with the Italian group, Militia. (Materiali Sonori, Reme 1997)
- Dublin Fifteen, Poems af the City (two poems included) (Dublin Writers Centre 1997)
- Pesaro Ai Miei Piedi 46 minute CD, text spoken by the author, music by the Italian group, Militia. (Materiali Sonori, Rome 1999)

இசைப்பாடல்கள்

- Winter Fire and Snow (with composer/songwriter Brendan Graham, version of the poem, Fire and Snow and Carnevale, Acorn Publishing, 1994) First recording by Anuna, 1994. Released in some half a dozen recordings, both sides of the Atlantic, by, among others, Anuna, Katie McMahon, Eimear Quinn, Benita Hill.

லூசி கால்டுவெல் (LUCY CALDWELL)

ஐரிஷ் நாடகாசிரியர்

செவ்வாய்க் கிரகத்திலிருந்து ஒரு பெண்

"ஆபே" எனும் உலகப் புகழ் பெற்ற நாடக அரங்கம் (ABBEY THEATRE) பற்றி புத்தகங்களில் மட்டுமே நான் படித்திருக்கிறேன். 2010இல் அயர்லாண்டின் டப்ளின் நகரில் உள்ள அந்த நாடக அரங்கத்தில் உண்மையிலேயே நான் சென்று நின்றபோது அங்கு தங்கள் நாடகங்களை அரங்கேற்றிய டபுள்யூ. பி. யேட்ஸிலிருந்து (W. B. YEATS) தனது அபத்த நாடகங்களை அங்கு அரங்கேற்றிய சாமுவேல் பெக்கட் (SAMUEL BIKKITT) போன்ற மேதைகள் வரையிலான நினைவுகள் நெஞ்சில் நிழலாடின.

நடுங்கும் குளிரில், இரவில் 7.30 மணிக்கு நாடகம் பார்ப்பதற்காக இளம் வயதுப் பெண்களும், ஆண்களுமாக ஏராளமானவர்கள் வந்திருந்தது கண்டு திகைத்தேன். (தமிழகத்தில் திருட்டு விசிடி அதிகரித்த பிறகு சினிமா பார்க்க திரையரங்குகளுக்குப் போகிறவர்களின் குறைந்து போன கூட்டத்தைவிட குறைவான கூட்டம்தான் அயர்லாண்டின் சினிமா திரை அரங்குகளில் என்னால் பார்க்க முடிந்தது.) ஆனால் "ஆபே" தியேட்டர் விதிவிலக்கு. நாடகங்கள்தாம் அங்கு சினிமாவைப் போல் பிரபலமானவை என்று தெரிந்து கொண்டேன்.) குறிப்பாக அன்றைய நாடகத்தை எழுதிய லூசி கால்டுவெல் (LUCY CALDWELL) எனும் பெண்மணி பற்றி மிக உயர்வாக எல்லோரும் பேசிக்கொண்டிருந்தார்கள்.

எனது நண்பரான டைக் ஓ கானர் (TYGHO CONNOR) எனக்கு இந்நாடகத்திற்கான டிக்கட்டை முன் பதிவு செய்து விட்டுத் தொலைபேசியில் தெரிவித்தார். அந்த நாடகத்தின் ஆசிரியரும் புகழ் பெற்ற நாவலாசிரியருமான லூசி கால்டுவெல்லை அங்கு நாம் சந்திக்க முடியும் என்று சொல்லி எனது ஆவலைத் தூண்டி விட்டார்.

எனக்குத் தெரிந்ததெல்லாம் ஒரே ஒரு கால்டுவெல்தான். அவர்தான் திராவிட மொழிகளின் ஒப்பிலக்கணம் நூலை எழுதித் தமிழ், தெலுங்கு, கன்னடம், மலையாளம் ஆகிய அனைத்தும் ஒரே மொழிக் குடும்பத்தைச் சேர்ந்தவை என்பதைத் தகுந்த ஆதாரங்களோடு நிறுவி உலகுக்கு உணர்த்திய நீண்ட தாடி வைத்த ராபர்ட் கால்டுவெல். இவரும் அயர்லாண்டில் பிறந்தவர்தான் என்பது எனக்குத் தெரியும். (தமிழ்த் தொண்டாற்றிய ஐரிஷ் நாட்டைச் சேர்ந்த கால்டுவெல் எனும் இந்த மொழிநூல் இலக்கிய மேதைக்கு அயர்லாண்டு வாழ் தமிழர்கள் ஏன் ஒன்றிணைந்து டப்ளின் நகரில் ஒரு சிலை எடுக்ககூடாது?)

எனது நண்பர் டைக் ஓ கானர், நாவலாசிரியர் லூசி கால்டுவெல் பற்றி சொன்னவுடனே அவர் நமது இலக்கணப் பாட்டன் கால்டுவெல்லின் கொள்ளுப் பேத்தியாக இருப்பாரோ என்று ஒரு நிமிடம் தோன்றி அவரை ஏதோ பல நாளாகத் தெரியும் போல ஒரு பைத்தியக்காரத்தனமான நட்புணர்வு உண்டானது எனக்கு.

நாடகம் தொடங்குவதற்கு முன்னரே லூசி கால்டுவெல் அரங்கத்துக்குள் வந்து இறங்கினார். பெரும்பாலும் லண்டனில் வாழும் லூசி கால்டுவெல் இதற்காகவே அயர்லாண்டிலுள்ள "ஆபே" தியேட்டருக்கு வந்திருக்கிறார். சுமார் முப்பது வயதைக் காட்டும் ஒல்லியான உடல் வாகுடன், சற்றே நீண்ட முக அமைப்பும், முகத்தின் இருபுறம் வழியும் அடர்ந்த கூந்தலுமாக இருந்த அவரைப் பார்வையாளர்கள் சூழ்ந்து கொண்டனர். நவீனமான ஒரு இளம் எழுத்தாளரை பழமையான அந்த நாடக அரங்கில் வைத்துப் பார்ப்பது எனக்கு வேடிக்கையாக இருந்தது.

1899இல் கவிஞர் யேட்சினால் தொடங்கப்பட்ட "ஐரிஷ் லிட்டரரி தியேட்டர்" (IRISH LITERARY THEATRE) என்பது 1904இல் — "ஆபே" தியேட்டராக உருமாறி இன்று வரையிலும் நாடக

மரபை வளர்க்கும் ஒரு மையமாக உயிர்த் துடிப்போடு நிற்கிறது என்பதனால் ஐரிஷ்காரரர்களின் மீது எனக்கு மரியாதை கொஞ்சம் கூடியது. இந்த நாடக அரங்கில் கடந்த மூன்று ஆண்டுகளில் மட்டும் 375000 பார்வையாளர்கள் பார்த்துள்ளனர் என்றும், 309 நடிகர்கள், 798 கதாபாத்திரங்கள் மேடை கண்டுள்ளன என்றும், பரிசீலிக்கப்பட்டு திருப்பி அனுப்பப்பட்ட நாடகக் கதைகள் மட்டும் 753 என்றும் ஒரு கணக்கெடுப்பை அங்கிருந்த கையேடு ஒன்று கொடுத்தபோது எனது வியப்புக்கு அளவில்லை அமெரிக்காவிலும், இங்கிலாந்திலும் நாடக அரங்குகள் நகர்மயப் படுத்தப்பட்டது போல "ஆபே"தியேட்டரில் இல்லை. ஐரிஷ் அடையாளத்தை நாடகங்கள் காப்பாற்ற வேண்டும் எனும் செயல் திட்டம் அங்கே உண்டு.

நானும் எனது ஐரிஷ்கார நண்பரும் எழுத்தாளரை நோக்கி மெல்ல நகர்ந்தோம். லூசி கால்டுவெல்லிடம் என்னை ஒரு இந்தியக் கவிஞன் என்று சொல்லி அறிமுகப்படுத்தினார் டைக் ஓ கானர். மிகச் சீராக ஒழுங்கு செய்யப்பட்டிருந்த தனது புருவங்களை உயர்த்தி நட்பார்ந்த முறையில் கைகுலுக்கினார் லூசி கால்டுவெல். அப்போது அவரது புருவங்களுக்கு மேலிருந்த நெற்றியில் அழகான வரிக் கோடுகள் விழுந்ததை நான் கவனித்தேன். நெற்றியின் சுருக்கங்கள் மூளையில் இருக்கும் சுருக்கங்களைப் பிரதிபலிப்பவை என்றும், மூளையில் நிறைய சுருக்கம் விழுந்தவர்கள் அதிக நினைவாற்றலும், கற்பனைத் திறமும் கொண்டவர்களாக இருப்பார்கள் என்றும் நான் எங்கோ படித்ததாக ஞாபகம். அது உண்மையா பொய்யா என்பது கூட எனக்குத் தெரியாது. லூசி கால்டுவெல் தனது மெலிதான உதடுகளை நளினமாக அசைத்து, எனது கவிதைத் தொகுதி என்னிடம் தற்சமயம் உள்ளதா என்று ஏதோ ரகசியம் பேசுவதுபோல குசுகுசுவெனப் பேசும் தோரணையில் கேட்டார்.

எனது ஐரிஷ் நண்பர் டைக் ஓ கானர் நான் லூசி கால்டுவெல்லை சந்திப்பதற்கு வாய்ப்பு இருக்கிறது என்று முன்னரே சொல்லி இருந்ததனால் "அக்ரிலிக் வண்ண நிலா" (THE ACRYLIC MOON) எனும் எனது ஆங்கிலக் கவிதைத் தொகுதியினைக் கையோடு கொண்டு போயிருந்தேன். அவர் கேட்டதுதான் தாமதம் நான் எனது கவிதைத் தொகுதியினை எடுத்து நீட்டினேன்.

அத்தொகுதியில் நானும் நெதர்லாண்டின் பெண் ஓவியரான ஆண்டீனா வெர்பூம் (ANTINA VERBOOM) என்பவரும் சேர்ந்து ஒரு கலை பரிசோதனை செய்து இருந்தோம். ஒரு பொதுவான அனுபவத்தைத் தேர்ந்தெடுத்துக் கொண்டு அதை நான் கவிதையாக எழுதுவேன். ஆண்டீனா வெர்பூம் ஓவியமாகத் தீட்டுவார். பிறகு இரண்டையும் ஒப்பு நோக்கி ஓவியம், எழுத்து ஆகிய இரண்டு கலைச் சாதனங்களின் பலம், பலவீனம் என்னென்ன என்பதை விவாதிப்போம். இந்தப் பரிசோதனையில் ஆண்டினா தீட்டிய வண்ண ஓவியங்கள் ஒரு பக்கமும் எனது கவிதைகள் ஒரு பக்கமுமாக அச்சிட்டு இருந்தோம். இதை நான் அவரிடம் சுருக்கமாக விளக்கிச் சொன்னபோது அவர் அதை வெகுவாகப் பாராட்டினார்.

என்னிடம் விடைபெற்று மெலிதாகப் புன்னகைத்தபடி கூட்டத்தில் மெல்ல நழுவிக் கரைந்து போனார். நானும் எனது நண்பரும் அரங்கிற்குள் சென்று இருக்கையில் அமர்ந்தபோது நான் மிக மகிழ்ச்சியாக இருந்தேன். நானும் நண்பரும் நாடகம் பார்க்க தயாராகி விட்டோம்.

அரங்கம் முழுவதும் இருண்டும், மேடைக்கு மட்டும் வெளிச்சம் குவி மையப்படுத்தப்பட்டும், மேடையில் மாபெரும் பட்டுத்திரை அழகிய பல சுருக்கங்களோடு வெளிச்சமும் நிழலும் படிந்து தொடங்கப் போகும் நாடகம் பற்றிய எதிர்பார்ப்பை எனக்குள் விதைத்தது. லூசி கால்டுவெல்லின் எழுத்து ஒரு நிகழ்கலையாக எப்படி வடிவம் கொள்ளப் போகிறது என்ற எதிர்பார்ப்பில் மூழ்கினேன் நான்.

*

1981இல் வடக்கு அயர்லாண்டின் பெல்ஃபாஸ்ட் (BELFAUST) பகுதியில் பிறந்தவரான லூசி கால்டுவெல் தனது முப்பது வயதிலேயே ஒரு முக்கிய ஐரிஷ் நாடகாசிரியரென்றும், சிறந்த நாவலாசிரியரென்றும் பெயர் பெற்று விட்டார். கேம்பிரிட்ஜில் தனது ஆங்கில இலக்கியம் தொடர்பான பட்டப் படிப்பை முடித்த பிறகு லண்டனில் உள்ள குயின்ஸ் கல்லூரியில் படைப்பிலக்கியத்தில் முதுகலைப்பட்டம் பெறுவதற்கு முன்னரே தனது எழுத்துப் பணியை மிக இளம் வயதிலேயே தொடங்கி விட்டார். இவரது நாடகமான "இலைகள்" (LEAVES)

ராயல் கோர்ட்டில் அரங்கேற்றப்பட்டு “ஜியார்ஜ் டிவைன் விருது” (2007) மற்றும் “சூசன் ஸ்மித் பிளாக்பர்ன் விருது ஆகியவற்றைப் பெற்றது. இவரது ரேடியோ நாடகமான “செவ்வாய்க் கிரகத்திலிருந்து வந்த பெண்” (GIRL FROM MARS) பி.பி.சி.யில் ஒலிபரப்பப்பட்டு மாபெரும் வெற்றி அடைந்தது. “அவர்கள் எங்கே காணாமலடிக்கப்பட்டார்கள்” (WHERE THEY WERE MISSED) எனும் படைப்பு டைலைன் தாமஸ் பரிசுக்கு இறுதித் தேர்வில் இடம்பெற்றது.

இவரது இரண்டாவது நாவலான “தி மீட்டிங் பாயிண்ட்” (THE MEETING POINT) மிகவும் புகழ்பெற்றுவிட்டது. இவான் எனும் ஐரிஷ் நாட்டைச் சேர்ந்த இளம் பாதிரியாரும் அவரது இளம் மனைவியான ருத் எனும் ஐரிஷ் பெண்ணும் தங்களின் குழந்தையுடன் கடவுளின் சேவையில் தங்களை இணைத்துக் கொள்வதற்காக முற்றிலும் புதிதான ஒரு பிரதேசமான பஹ்ரினுக்குச் சென்று வாழத் தொடங்குகிறார்கள். ஒரு பட்டுத்துணி காற்றில் பறப்பது போல் எடையற்றதாக இனிமையாக இருக்கப் போகிறது எனும் கனவோடு செல்லும் அவர்கள் பஹ்ரினில் சந்திக்கும் பல்வேறு அனுபவங்களைப் பேசுகிறது நாவல். பஹ்ரினுக்குப் பக்கத்தில் இருக்கும் ஈராக்கில் நடைபெறும் போர் பற்றி பேசுகிற நாவல். அந்த ஈராக்கின் போர் தனிப்பட்ட குடும்பத்தின் மீது செலுத்தும் தாக்கத்தையும் பேசுகிறது. பல்வேறு ஏமாற்றங்களைச் சந்திக்கும் ருத் எனும் இளம் மனைவி அவளது கணவன், அவளது மதம், அவளது திருமணம் ஆகியவற்றையே கேள்விக்குள்ளாக்குகிறாள்.

லட்சியவாதத்துக்கும் அறியாப் பருவத்தின் கள்ளம் கபடமற்ற தன்மைக்கும் இடையிலான ஒரு போராட்டத்தில் வாழ்க்கை எதிர்பாராத பல திருப்பங்களைச் சந்திப்பதை ஒரு இசை லயமான மொழியில் லூசி கால்டுவெல் எழுதியிருக்கிறார். “இது ஒரு நவீன காலத்தின் நீதிக்கதை போன்றது” என்று இலக்கிய உலகத்தால் பாராட்டப்பட்டது. சிக்கலான இன்றைய உலகின் அடையாளச் சிக்கல் குறித்து மிக ஆழமான கேள்விகளை மிக உயர்ந்த தரத்திலான மொழிநடையில் இவர் தனது இளம் வயதில் எழுப்பி இருப்பது இலக்கிய வாசகர்களால் விதந்தோதப்படுகிறது. ஒரு நாடகாசிரியரான லூசி கால்டுவெல் தனது நாவலில் பல குரல்களை ஒரே நேரத்தில் ஒலிக்கச்

செய்ததில் வெற்றி அடைந்திருக்கிறார். இதற்காக பலவிதமான தொழில் நுட்பங்களைக் கையாள்கிறார். நாவலின் ஒரு பகுதி ருத் எனும் தனிமையான இளம் மனைவியின் குரலிலும், இன்னொரு பகுதி இங்கிலாந்திலிருந்து தனது சொந்த ஊருக்குத் திரும்பி வந்தாலும் கடந்த காலத்தின் கசப்பான அனுபவங்களால் திண்டாடும் நூர் எனும் கதாபத்திரத்தின் குரலாகவும், பல பகுதிகள் நூர் எழுதிய டைரிக் குறிப்புகளாகவும் கதை சொல்லப்படுகிறது.

லூசி கால்டுவெல்லின் பல எழுத்துகளும் இவ்வாறே பல பிரச்சினைகளை ஒரு துறு துறுப்பான இளம் பெண்ணின் பார்வையில் எடுத்துப் பேசி விமர்சனம் செய்பவையாகவே உள்ளன. லூசி கால்டுவெல்லின் முதல் நாவலான "அவர்கள் எங்கே தொலைக்கப்பட்டார்கள்" (WHERE THEY WERE MISSED) எனும் படைப்பும்கூட வடக்கு அயர்லாண்டில் அண்மையில் நடைபெறும் பல்வேறு அரசியல் மற்றும் மத ரீதியான சிந்தனைக் குழப்பங்களைப் பேசியது. அவரது "இதுவரையிலான கதை" (THE STORY SO FAR) எனும் கட்டுரைத் தொகுதியை எடுத்துக் கொண்டாலும் அது பல்வேறு பிரச்சினைகளை சுயசரிதைத் தன்மையுடன் ஒரு இளம் பெண்ணின் பார்வையில் விளக்குவதாகவே அமைந்திருப்பதை நாம் உணரமுடியும்.

*

"ஆபே" தியேட்டரில் லூசி கால்டுவெல்லின் நாடகத்தைப் பார்த்து முடித்ததும் என் நண்பர் டைக் ஓ கானர் என்னிடம் கேட்டார்: "எப்படி இருந்தது?"

"ஒரு நாடகத்தை எழுத ஒரு பேனாவோ அல்லது ஒரு கம்ப்யூட்டரோ இருந்தால் மட்டும் போதாது. நாடக அரங்கத்துக்குள் உள்ள காற்றை, வெளிச்சத்தை, வாசனையை உணர்ந்திருக்க வேண்டும் என்பதை இன்று புரிந்து கொண்டேன்" என்று சொல்லிவிட்டு இருக்கையிலிருந்து எழுந்திருக்க மனமில்லாமல் உட்கார்ந்துகொண்டே இருந்தேன்.

எனது நண்பர் வெளி ரங்கராஜன் இப்போது என் பக்கத்தில் இல்லையே என்று மனசு அடித்துக்கொண்டது.

*

லூசி கால்டுவெல் படைப்புகள்

இலைகள்
(நாடகத்தின் ஒரு காட்சி உதாரணத்துக்காக கொடுக்கப்படுகிறது)

மூன்று அங்கம் கொண்ட நாடகம். முதல் இரண்டு அங்கங்கள் தலா 7 காட்சிகள் கொண்ட நாடகம்.

கதாபாத்திரங்கள்

மர்டோக்கின் குடும்பம்

டேவிட் - அப்பா (40 வயதுக்கு மேல்)

பில்லீஸ் - அம்மா (40 வயதுக்கு மேல்)

லோரி (19 வயது) பெண்

கிளோவர் (15 வயது) பெண்

பாப்பி (11) வயது) பெண்

முதல் காட்சி

புழங்கும் சாப்பாட்டு அறை.

லோரி வீட்டுக்கு வருவதற்கு முதல் நாள் மாலை. டேவிட், பில்லீஸ், கிளோவர், பாப்பி மேசையைச் சுற்றி அமர்ந்து இரவு உணவு சாப்பிடுகிறார்கள். டேவிட் இயந்திரத்தனமாய்ச் சாப்பிட்டுக் கொண்டிருக்கிறார். பில்லீஸ் வேகமாகவும் தீர்மானமாகவும் சாப்பிடுகிறாள். கிளோவர் தட்டை அவளை நோக்கித் தள்ளுகிறாள். பாப்பி சாப்பிடுவது போல பாவனை கூடச் செய்யவில்லை.

அவர்கள் மௌனமாக அமர்ந்து ஒருவர் முகத்தை இன்னொருவர் பார்க்கக் கூடவில்லை. அறை மிகப் பெரிதாகவும் எதிரொலி தருவதாகவும் இருக்கிறது. அடாவடியாகச் சுற்றி வைக்கப்பட்ட பரிசுப் பொருட்களின் குவியல் உள்ளது. பாப்பி: (திடீரென மற்றவர்களின் பார்வையைச் சந்திக்க முயன்று தோற்றபடி).

இந்தத் தடவை நாளைக்குத்தான்.
மேசையில் ஒரு தட்டு தட்டுகிறாள்.
நான் சொன்னேன்... இந்தத் தடவை... நாளைக்குத்தான்...

டேவிட்: ஆமாம் பாப்பி.
பாப்பி: கற்பனைப் பண்ணிப் பாருங்க...
கிளோவர்: பாப்பி
பாப்பி: என்னது?... இந்தத் தடவை நாளைக்குத்தாம்மா.
பில்லீஸ்: ஆமாம் கண்ணு
பாப்பி: உனக்கு பரவசமா இருக்கா லோரி.
கிளோவர்: ஷ்ஷ்ஷ்...
பாப்பி: ஏன்?
டேவிட்: பாப்பி
பாப்பி: என்ன?
டேவிட்: போதும்
பாப்பி: என்னது?... நான் அதைத்தான் சொல்றேன். சொல்ல முயற்சிக்கிறேன்

கிளோவர்: விட்டுடு பாப்ஸ்

பாப்பி: ஆனால்...

கிளோவர்: சும்மா விடுங்களேன்.

(அமைதி)

பில்லீஸ்: நிறைய ரொட்டி இருக்கு...யாருக்காவது வேணும்னா...

கிளோவர்: வேண்டாம்...நன்றி.

பில்லீஸ்: பாதிக்கு மேல ரொட்டி இருக்கு... வேணும்னா நான் வெட்டித்தரவா டேவிட்.

டேவிட்: இப்போதைக்கு இது போதும்... நன்றி.

(அமைதி)

பாப்பி: (சலிப்புடன்) நான் எல்லோரையும் சந்தோஷப்படுத்த விரும்புறேன்... அவ்ளோதான்.

கிளோவர்: உனக்கு ஏதாவது புத்தி கெட்டுப் போச்சா அல்லது வேற எதாவது?

டேவிட்: கிளோவர்

பாப்பி: ஆமா கிளோவர்

பாப்பி: எனக்கு இன்னும் பசிக்கலை...

டேவிட்: உங்கம்மா உனக்காகச் சமைச்சிருக்காங்க... மரியாதையா சாப்பிடு.

கிளோவர்: சும்மா சாப்பிடு பாப்ஸ்.

பாப்பி: ஆனா...

(அமைதி)

உனக்குத் தெரியுமா? அது ரொம்ப வேடிக்கை...அவள் வருவதைப் பற்றிக் கவலைப்படாத ஒரே ஒருத்தர் நாந்தான் போலத் தெரியுது. நான் அவளுக்கு ஒரு வரவேற்பு அட்டை தயார் பண்ணியிருக்கேன். வேற யாரும் எந்த முயற்சியும் செய்ததா தெரியில.

(அமைதி)

பில்லீஸ் திடீரெனச் சாப்பிடுவதை நிறுத்தி விடுகிறாள்... டேவிட் சாப்பிட்டுக்கொண்டிருக்கிறார். ஆனால் கையை உயர்த்தவில்லை. கிளோவர் குதித்து பாப்பியைப் பார்க்கிறாள். பாப்பி அவளை அலட்சியப்படுத்துகிறாள்.

பாப்பி: நாந்தான் அந்த பரிசுகளைக் காகிதத்தில் சுற்றி வைத்தேன்.

கிளோவர்: எப்படி இருந்தாலும் அது முட்டாள்தனமான யோசனை. நாம எதுக்காகப் பரிசு கொடுக்கிறோமோ அது அவளுக்கு உண்மையாகவே வேண்டப்படுவதுதானான்னு யாராவது உண்மையில யோசிச்சாங்களா?

பில்லீஸ்: தயவுசெய்து கிளோவர்

கிளோவர்: என்னது?

பில்லீஸ்: நீ ஒன்னும் உதவி செய்யல.

கிளோவர்: என்னது? நான் வெறுமனே உட்கார்ந்துகிட்டு சாப்பிட முயற்சி பண்ணிக்கிட்டு இருக்கேன். பாப்பிதான் ஏதோ செய்றாள்...

பாப்பி: நான் ஒண்ணுமே செய்யல... நான் செய்ய முயற்சி பண்றதெல்லாம்

டேவிட்: நீங்க ரெண்டு பேருமே... ஒருத்தரவிட இன்னொருத்தர் மோசம்... நீங்க ரெண்டு பேருமே சும்மா...

கிளோவர்: அட... அது ரொம்ப நல்லது. அவள் எவ்வளோ திட்டு வாங்கறாளோ அதே அளவு நானும் திட்டு வாங்கறேன். அது ரொம்ப நல்லதுதானே.

பில்லீஸ்: (டேவிட்டிடம் சத்தமாக) உங்க நாள் எப்படி போச்சு டேவிட்? பிரயோஜனமா இருந்ததா?

டேவிட்: நல்லது... அது நல்லா இருந்தது... நன்றி.

பில்லீஸ்: அது நல்லதுதான்.
(அமைதி)

இந்திரன்

பாப்பி: (சோகமாக) அப்போ உன்னோட குரல் தேர்வு எப்படி இருந்தது?

கிளோவர்: என் குரல் பரிசோதனை நல்லா இருந்தது.... நன்றி கேட்டதுக்கு...

பில்லீஸ்: உன் குரல் தேர்வா?...

கிளோவர்: நீங்க மொத்தமா மறந்திட்டீங்க இல்ல...

பில்லீஸ்: அது இன்னைக்குத்தானா...
மன்னிச்சுக்கோ அன்பே (மேசையைத் தட்டுகிறாள்)
சரி எப்படி போச்சி.

மேசையைத் தட்டுகிறாள்.

கிளோவர்: என்னது...
நான் உங்களை நம்ப மாட்டேன்...

டேவிட்: கிளோவர்

கிளோவர்: அம்மா வெறுமனே கேட்டெம்மா...

டேவிட்: உங்க அம்மா என்ன முயற்சி பண்றாங்கன்னா...

கிளோவர்: நல்லது- உண்மைல நீங்க தெரிஞ்சிக்க விரும்பினால்
அது ரொம்பப் பயங்கரமா இருந்தது...
நான் செய்ததிலேயே அது மோசமான
குரல் சோதனை...
நான் இசைக்குழுவுக்குள்ளே இப்ப
போகப்போறது இல்லை...
அதத்தான் நான் சொல்ல வந்தேன்.

பில்லீஸ்: கிளோவர்

கிளோவர்: நான் அதைப் பற்றி இனிமேல்
பேசப்போறது இல்லை.

(அமைதி)

நான் எதுவும் சொல்லப்போறது இல்லை. உனக்கு ஞாபகம் இருக்கான்னுதான் பார்த்தேன். நான் செய்ததிலேயே முக்கியமான குரல் தேர்வு அது.

பில்லீஸ்: ஐயோ நான் ரொம்ப வருத்தப்படுகிறேன்.
அன்பே...

கிளோவர்: வருத்தப்பட்டா எல்லாம் சரியாப் போகப்போறது இல்லை... சரியாப்போயிடுமா என்ன?...

மேசைமேல் தட்டுகிறாள். பில்லீஸ் திடீரென எழுந்து போகிறாள்.

(அமைதி)

மேசைமேல் தட்டுகிறாள்.. டேவிட் தனது கத்தி முதலியவற்றை மேசைமேல் அவசரமாக வீசி விட்டு வெளியே போகிறார். *(பில்லீஸ் போனதற்கு எதிர்த்திசையில்)*

பாப்பி: நீ அம்மாவை அழ வெச்சுட்டே.
நீ ஏன் எதுவுமே சொல்லலை?
அதை மறந்தது அம்மாவோட தப்பு இல்லை.

கிளோவர்: *(எழுந்து நின்று)* எதுவுமே யார் தப்புமே இல்லை இல்லையா?

கிளோவர் எழுந்து வெளியே செல்கிறாள்...
பாப்பி அங்கேயே உட்கார்ந்து கிடக்கிறாள்...

*

நாவல்கள்

- Where They Were Missed (Faber, 2005)
- The Meeting Point (Faber, 2011)
- All the Beggars Riding (Faber, 2013)
- Multitudes: eleven stories

மேடை நாடகங்கள்

- Leaves (2007) Chapel Lane, Galway, transferring to the Royal Court (Upstairs), London
- Carnival (2008) produced by Kabosh at Edinburgh Festival Spiegeltent
- Guardians (2009)

1-180

- The Luthier (2009) Îrigin Theatre Company as part of the New York 1st Irish Festival
- Notes to Future Self (2011) at Birmingham Repertory Theatre Company
- Hier Soir, Demain Soir (2012), commissioned by the Comédie de Valence Festival Ambivalence

வானொலி நாடகங்கள்

- Girl from Mars (2008) BBC Radio 4
- Avenues of Eternal Peace (2009) BBC Radio 4
- The Watcher on the Wall (2013) BBC Radio 4

விருதுகள் / கௌரவங்கள்

- 2006 George Devine Award for Leaves
- 2007: Susan Smith Blackburn Award for Leaves
- 2009: Irish Playwrights' and Screenwriters' Guild Award for Girl From Mars
- 2009: Richard Imison Award for Girl From Mars
- 2011: Rooney Prize for Irish Literature
- 2011: Dylan Thomas Prize for The Meeting Point
- 2013: Kerry Group Irish Fiction Award (shortlisted) for All the Beggars Riding
- 2018: Elected Fellow of the Royal Society of Literature in its "40 Under 40" initiative